Wikang Filipino II
基础菲律宾语

第二册

黄铁 史阳 编著
咸杰 审订

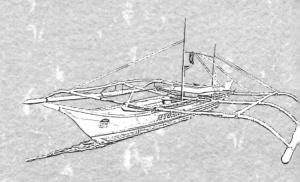

图书在版编目(CIP)数据

基础菲律宾语.第二册/黄轶,史阳编著.—北京:北京大学出版社,2017.8
(新丝路·语言)
ISBN 978-7-301-28535-0

Ⅰ.①基⋯ Ⅱ.①黄⋯ ②史⋯ Ⅲ.①他加禄语—高等学校—教材
Ⅳ.① H631.7

中国版本图书馆 CIP 数据核字(2017)第 172797 号

书　　名	基础菲律宾语(第二册) JICHU FEILÜ BINYU
著作责任者	黄　轶　史　阳　编著
责任编辑	张　冰　严　悦
标准书号	ISBN 978-7-301-28535-0
出版发行	北京大学出版社
地　　址	北京市海淀区成府路 205 号　100871
网　　址	http://www.pup.cn　新浪微博:@北京大学出版社
电子邮箱	编辑部 pupwaiwen@pup.cn　总编室 zpup@pup.cn
电　　话	邮购部 010-62752015　发行部 010-62750672　编辑部 010-62754382
印刷者	北京虎彩文化传播有限公司
经销者	新华书店 650 毫米 ×980 毫米　16 开本　11.75 印张　220 千字 2017 年 8 月第 1 版　2024 年 1 月第 4 次印刷
定　　价	48.00 元

未经许可,不得以任何方式复制或抄袭本书之部分或全部内容。
版权所有,侵权必究
举报电话:010-62752024　电子邮箱:fd@pup.cn
图书如有印装质量问题,请与出版部联系,电话:010-62756370

前　言

北京大学菲律宾语言文化专业创办于1985年。在多年的教学实践中，我们主要使用菲律宾的语言材料作为授课材料，强调菲律宾语的标准化和实用性，其不足之处在于无法针对中国学生的特点进行讲解。在参考国外教材的基础上，我们编写了这套针对中国学生的"基础菲律宾语"系列教材。在编写这套教材的过程中，我们参考了国外教材的特点，并通过教学实践补充相关的语言材料。

这套教材共分3册，主要教学对象是高等教育菲律宾语专业低年级的学生，一般在3至4个学期内完成教学内容。

《基础菲律宾语》第一册主要包括菲律宾语概况、语音和课文三部分。菲律宾语概况主要介绍菲律宾语的发展过程，使学生对菲律宾语的总体特点有所了解。语音部分共有5课，按照由浅入深、难点分散的原则编写，每课主要包括发音部位讲解、发音难点分析、发音练习、语音辨析等部分组成。从第六课到第十五课是课文部分，以对话和短文为主，包括课文、注释、语法、练习和阅读，其中的语法部分既和课文相联系，又具有独立的系统性。第一册共15课，以每周授课10课时左右计算，前5课大约需要3—4周时间，后10课大约需要10—12周时间。根据菲律宾语词汇构成的特点，第一册教材要求掌握的单词大约为1000个，除了课文单词表中出现的单词，一些课后注解或语法解释中的常用词，也在学习要求之内。各个学校可根据实际情况调整教学进度。

《基础菲律宾语》第二册以课文和对话为主，课文部分主要介绍菲律宾的基本国情和历史文化，让学生掌握菲律宾语语法规则的同时进一步了解菲律宾；对话部分则帮助学生加强实境下的口语交流技能，在介绍常用句型的同时逐步扩充词汇量。除课文和对话外，每课还包括词汇、注释、语法、练习和课后阅读。其中注释部分与课文及对话中出现的重点单词、短语和句型紧密相连，用例句的形式帮助学生更好地掌握这些重点内容的变化形式及使用方法。语法部分既与课文相关，又具有独立性，逐步深入，广泛地介绍菲律宾语主要的语法现象。练习部分和课文、注释、语法介绍直接相关，通过练习能更全面地梳理每课的重点。课后阅读作为泛读材料使用，以期达到扩大阅读量，提升学生阅读速度的效果。第二册教程共15课，每周授课10课时左右，每课大约需要1周时间，完成本册学习共需要15—17周。第二册教材要求掌握的单词量大约为2000个。各个学校可根据实际情况调整教学进度。

《基础菲律宾语》第三册以课文为主，这些课文分主题介绍了菲律宾的历史、地理、社会、文化、宗教信仰、价值观等，在帮助学生系统而深入地学习菲律宾语的同时，也能使其对菲律宾的社会文化状况有基本了解。每课由课文、对话、词汇、练习、阅读等部分组成，基本上全部用菲律宾语表述，旨在通过较大的阅读量，更多、更深入地掌握词汇、短语、句型和习惯表达，从而达到语言能力的全面提高。本册教程每周授课10—12课时左右，第三册课文一般需要15—17周学习。除了深入学习和掌握课文和对话中出现的词汇和短语，课后阅读部分的短文是对课文的有益补充，也要求通过泛读式的学习来掌握。第三册教材要求掌握的单词量大约为2000个。各个学校可根据实际情况调整教学进度。

我们非常感谢北京大学国家外语非通用语本科人才培养基地、外国语学院对本套教材编写、出版的大力资助。由于时间仓促，编者能力有限，书中的疏漏之处，望广大使用者批评指正。

编者
2017年7月

目 录

第一课　美丽的菲律宾（1）……………………………………………… 1
Aralin 1　Maganda ang Pilipinas（Ⅰ）

第二课　美丽的菲律宾（2）……………………………………………… 10
Aralin 2　Maganda ang Pilipinas（Ⅱ）

第三课　爱护我们的自然资源…………………………………………… 23
Aralin 3　Pangalagaan Natin: Mga Likas na Yaman

第四课　国家标志………………………………………………………… 35
Aralin 4　Mga Pambansang Sagisag

第五课　认识与保护：人口资源………………………………………… 48
Aralin 5　Kilalanin at Pangalagaan: Ang Yamang Tao

第六课　宗教节日………………………………………………………… 61
Aralin 6　Mga Pagdiriwang Panrelihiyon

第七课　谋生方式与自然环境的关系…………………………………… 72
Aralin 7　Ang Kaugnayan ng Uri ng Hanapbuhay ng mga Mamamayan
　　　　　sa Katangiang Pisikal ng Bansa

第八课　从外国人那里学到的独特风俗和态度………………………… 86
Aralin 8　Ang mga Katangi-tanging Kaugalian at Saloobing Natutunan
　　　　　Natin sa mga Dayuhan

第九课　人口的快速增长　　　　　　　　　　　　　　90
Aralin 9　Ang Mabilis na Paglaki ng Populasyon

第十课　公民对政府的责任……………………………107
Aralin 10　Mga Tungkuling Ginagampanan ng Mamamayan sa Pamahalaan

第十一课　地球仪：地球的模型………………………119
Aralin 11　Ang Globo: Modelo ng Ating Mundo

第十二课　菲律宾及其地理特征………………………132
Aralin 12　Ang Pilipinas at ang mga Katangian Nito

第十三课　国家首都区NCR……………………………143
Aralin 13　Ang Pambansang Punong Rehiyon o NCR

第十四课　菲律宾民族的起源…………………………153
Aralin 14　Ang Simula ng Lahing Pilipino

第十五课　美国统治时期菲律宾的社会文化变革……168
Aralin 15　Mga Pagbabago sa Kultura at Lipunan sa Panahon ng mga Amerikano

参考文献……………………………………………………180

后记…………………………………………………………182

第一课　美丽的菲律宾（1）
Aralin 1　Maganda ang Pilipinas（Ⅰ）

一　课文　Testo[①]

Mapalad ang mga Pilipino. Maganda ang Pilipinas. Maraming magagandang pook. May mga bigay ng kalikasan. May mga gawa naman ng tao. Ang mga tanawing ito ay nakakaakit ng maraming dayuhan. Nakikilala ang ating bansa dahil sa magagandang pook.

Magagandang Tanawin sa Bansa

Narito ang ilang magagandang tanawin sa bansa. Ipagmalaki natin ang mga ito.

---

① 选编自 *Ang Bayan Ko 1*, pp.53-71.

Ang Lawa ng Taal

Ang lawa ng Taal ay nasa Batangas. Ito ang tanging lawa na may buhay na bulkan sa gitna.

Ang Bulkang Mayon

Ito ang Bulkang Mayon. Ito ay nasa Albay. Napakaganda ng hugis nito. Ito ay hugis apa. Ang Bulkang Mayon ang pinakamagandang bulkan sa bansa. Kilala ito sa buong mundo. Pinupuntahan ito ng mga Pilipino at mga dayuhan. Hinahangaan ang Bulkang Mayon. Ipagmalaki natin ito.

Ang Chocolate Hills

Kay gandang tingnan ng tumpuk-tumpok na lupang ito. Burol ang tawag sa mga ito. Kakaiba ang mga burol na ito sapagkat parang sadyang iniayos. Kilala ang mga ito sa tawag na Chocolate Hills. Matatagpuan ito sa Carmen, Bohol. Ayon sa ulat, ang Chocolate Hills ay binubuo ng 1,268 burol. Dinarayo ito ng mga turistang Pilipino at dayuhan.

Ang Hundred Islands

Ito ang kilalang Hundred Islands. Binubuo ito ng maliliit na pulo. Ang pulo ay lupa na naliligid ng tubig. Nasa Alaminos, Pangasinan ang Hundred Islands. Malinis at malamig ang tubig. Puti at pinung-pino ang buhangin. Ang Hundred Islands ay dinarayo ng mga Pilipino at mga dayuhan. Maipagmamalaki natin ang tanawin dito. Panatilihin natin itong malinis at maayos.

第一课 美丽的菲律宾 (1)
Aralin 1 Maganda ang Pilipinas (I)

二 对话 Usapan[①]

Pete想向Ocampo先生租房

P: Pete   O: Ocampo

P: May bakanteng kuwarto ho ba kayo?

O: A pasensiya na kayo't wala na e.

P: Talagang wala na po bang bakante? Kahit ho maliit lang?

O: A, mayroon nga pala. Iyong kuwarto ng anak kong lalaki. Malaking kuwarto iyon.

P: Nasaan po yung kuwarto?

O: A, narito lang sa likod.

P: Ito po ba yung bakanteng kuwarto?

O: Hindi. Hindi ito iyon. Kuwarto ito ng katulong namin. Ang kuwarto sa tabi niyan yung bakante. Hayan. Ito ang kuwarto ng anak ko.

P: Maganda naman pala ang kuwartong ito. Talagang tamang-tama sa isang tao.

---

① John U. Wolff, *Pilipino through Self-Instruction (part one)*, Ithaca, Cornell University, 1991, p.3.

三 单词表 Talasalitaan

mapalad	幸运的、运气的
pook	地方
bigay	给、礼物
kalikasan	自然
tanawin	景色
dayuhan	外国人，外国的，外国人的
bansa	国家
narito	这里
lawa	湖
nasa	在……（地方）
tangi	特别
buhay	生活、生命、活的
bulkan	火山
gitna	中间
hugis	形状
nito	这个的，它的
kilala	知道、熟悉、知名
buo	整个
mundo	地球
hangaan	尊敬、钦佩
kay	介词，用于引出感叹句
tingnan	看
tumpok	堆
lupa	土地
burol	小山

第一课　美丽的菲律宾（1）
Aralin 1　Maganda ang Pilipinas (I)

kakaiba	不同
sapagkat	因为
parang	像……
sadya	有意的、故意的
iniayos	排列顺序
matatagpuan	发现、找到
ayon sa	根据
ulat	声明、报告、陈述
dinarayo	参观
turista	旅游者
pulo	岛屿
tubig	水
malamig	冷的
puti	白的
pino	细的
buhangin	沙子
panatilihin	保持
maayos	有序的
bakante	空闲的，空置的
pasensiya	抱歉

四　注释　Tala

1. mapalad：表示"开心、高兴、幸运的"，词根为palad，表示"运气"。
2. bigay：表示"礼物、天赋的"。
3. kalikasan：自然界的万物。
4. tanawin：景色，词根tanaw表示"从远处看"。
5. hinahangaan：叹服、敬佩。

例句：Hinahangaan ko ang kanyang katapangan. 我佩服他的勇气。

6. kay：表示感叹。

例句：Kay pangit.　　　　太丑了。

Kay lalim ng dagat.　海多么深啊。

五　语法　Balarila

1. 前缀pang-/pam-/pan-：当连接以b/p开头的词根时变形为pam-，当连接以d/l/r/s/t开头的词根时变形为pan-。

（1）将词根形容词化，搭配名词表示特定用途的器物、工具或材料之意。

例：pang-awit用来唱歌的（乐器）；panlikha (r.w. likha)用于发明的（材料、器具）；pambili (r.w. bili)用于消费的（钱）。

（2）将词根名词化，表示工具或某种特殊用途（具体意思由词根决定）。

例：pangalawa第二；pang-ahit (r.w. ahit)剃刀；panghalo (r.w. halo)，混合器。

2. 前缀ma-：

（1）将词根动词化，可表示某种能力。例：

masulat, makuha.

Nakuha namin ang mga tiket para sa palabas ng paaralan.

可表示某种存在、状态(existence)，例：

mabuhay, mamatay.

Baka siya mabuhay nang sampung taon pa.

Nasira ang aming balak.

（2）将词根形容词化，用以表示某种特征，例：

mataba, mainam.

第一课 美丽的菲律宾（1）
Aralin 1　Maganda ang Pilipinas (I)

kakaiba	不同
sapagkat	因为
parang	像……
sadya	有意的、故意的
iniayos	排列顺序
matatagpuan	发现、找到
ayon sa	根据
ulat	声明、报告、陈述
dinarayo	参观
turista	旅游者
pulo	岛屿
tubig	水
malamig	冷的
puti	白的
pino	细的
buhangin	沙子
panatilihin	保持
maayos	有序的
bakante	空闲的，空置的
pasensiya	抱歉

四　注释　Tala

1. mapalad：表示"开心、高兴、幸运的"，词根为palad，表示"运气"。
2. bigay：表示"礼物、天赋的"。
3. kalikasan：自然界的万物。
4. tanawin：景色，词根tanaw表示"从远处看"。
5. hinahangaan：叹服、敬佩。

例句：Hinahangaan ko ang kanyang katapangan. 我佩服他的勇气。

6. kay：表示感叹。

例句：Kay pangit.　　　太丑了。

　　　Kay lalim ng dagat.　海多么深啊。

五　语法　Balarila

1. 前缀pang-/pam-/pan-：当连接以b/p开头的词根时变形为pam-，当连接以d/l/r/s/t开头的词根时变形为pan-。

　（1）将词根形容词化，搭配名词表示特定用途的器物、工具或材料之意。

　　　例：pang-awit用来唱歌的（乐器）；panlikha (r.w. likha)用于发明的（材料、器具）；pambili (r.w. bili)用于消费的（钱）。

　（2）将词根名词化，表示工具或某种特殊用途（具体意思由词根决定）。

　　　例：pangalawa第二；pang-ahit (r.w. ahit)剃刀；panghalo (r.w. halo)，混合器。

2. 前缀ma-：

　（1）将词根动词化，可表示某种能力。例：

　　　masulat, makuha.

　　　Nakuha namin ang mga tiket para sa palabas ng paaralan.

　　　可表示某种存在、状态(existence)，例：

　　　mabuhay, mamatay.

　　　Baka siya mabuhay nang sampung taon pa.

　　　Nasira ang aming balak.

　（2）将词根形容词化，用以表示某种特征，例：

　　　mataba, mainam.

第一课　美丽的菲律宾（1）
Aralin 1　Maganda ang Pilipinas (I)

Hindi pa mainam ang mga mansanas.

3. 后缀–an/-han：

（1）将词根动词化，指示位置或聚焦宾语，例：

diligan, kainan, bilhan.

Ito ang lugar na kinainan namin.

（2）将词根形容词化，表示某种突出的特征。

例：pulahan (r.w. pula), 鲜红的；putikan (r.w. putik), 多泥的。

六　练习　Pangkasanayan

根据提示对下列单词进行词缀变化，并解释其意思，如果是动词请写出三种时态并标明语态。

1. walis(in)
2. lamig(pang)
3. ligo(ma)
4. takip(an/han)
5. relihiyon(pang)

七　课后阅读　Gawain sa Bahay

Mga Bagong Tuklas sa Lugar ng QinShihuang Mausoleum

　　Ang QinShihuang Mausoleum sa lalawigan ng Shaanxi ay nakilala sa buong mundo noong 1970s dahil sa terracotta warriors and horses nito. Ang musoleong ito na matatagpuan sa Lintong County, lunsod ng Xi'an, lalawigan ng Shaanxi, ay nakatawag na naman ng malaking pansin nitong nagdaang mga taon dahil sa pagkakahukay ng mga mahalagang tuklas na ang pinakamakabuluhan ay ang mga armor coat at helmet na gawa sa bato at mga pottery figurine ng mga sirkero.

Noong 1998, ang mga archaeologist ay nakadiskubre ng isang libingan na mga 200 metro ang layo sa gawing timog-silangan ng musoleo. Ang libingang ito na may lawak na mahigit 13,000 metro kuwadrado ay subordinadong libingan ng musoleo. Ayon sa salaysay, 100 metro kuwardrado pa lang ang nahukay ng mga archaeologist ay naglitawan na ang mga siksikang nakalibing na armor at hemlet mula sa Dinastiyang Qin (221-207 B.C.). Ang mga bagay na ito ay ang kauna-unahang nahukay na ganitong uri sa nabanggit na panahon at makakatulong sa mga tao ngayon na magkaroon ng ibayong pagkaunawa sa kulturang militar ng Emperyong Qin.

Ang mga armor at helmet ay medyo popular kapuwa sa sinauna at makabagong panahon pero iyong mga gawa sa bato ay medyo bihira sa mundo. Sa pagtatapos ng taong 1999, 90 batong armor coat, 36 na batong helmet at mga piraso ng batong renda ang natuklasan sa mga unang paghuhukay. Ang mga bagay na ito ay wala sa ayos na nakakalat sa ilalim ng libingan at ang karamihan ay may mga bakas ng pagkakasunog. Ipinalalagay ng mga archaeologist na sa pagpasok ng mga Dinastiyang Qin at Han, nagkaroon ng malaking sunog ang mga libingan at mga pabaon sa libing o funeral objects nito at malinaw na ang mga batong armor at helmet na ito ay hindi nakaligtas. Karamihan sa mga armor coat ay gawa sa maliliit na parihabang piraso o flakes maliban sa dalawa na gawa sa 800 maliit na piraso na hugis-kaliskis ng isda. Ang mga piraso ay maliliit at maninipis ang pagkagawa. Base sa kanilang maliit na bilang at marikit na pagkakagawa, ipinalalagay ng mga archaeologist na ang dalawang coat na ito ay pag-aari ng mga opisyal ng tropang Qin. Kasama sa mga natagpuan ay isang armor suit na mga 1.8 metro ang haba, at may armor flakes na may sukat na 15 cm. by 8 cm. Pinaniniwalaang ang

第一课 美丽的菲律宾 (1)
Aralin 1   Maganda ang Pilipinas (I)

kasuotang ito ay para sa mga kabayo na gamit sa digmaan.

Ang mga bagay na natuklasan ay ginawang ang sukat ay parang sa tunay na mga armor coat at helmet pero ang mga batong ginamit sa paggawa ay madaling madurog at kulang na kulang sa tigas. Kaya ayon sa mga archaeologist ang mga ito ay hindi para sa praktikal na gamit na tulad ng pottery armor coat ng terracotta warriors and horses na unang nahukay. Maaaring sadyang ginawa ito bilang pabaon sa libing ni Emperador QinShihuang.

Noong 1999, ang mga archaeologist ay may natagpuan na namang libingan sa timog-silangang kanto ng QinShihuang Mausoleum Park. 10 pottery figurine mula sa Dinastiyang Qin ang nakuha. Ang mga pigurin na sinlaki ng tunay na tao ay pawang walang damit liban sa maikling palda. Magandang-maganda ang pagkakagawa. Ayon sa analisis ng mga archaeologist, ang mga pottery figurine na ito ay naglalarawan sa maningning na sining ng akrobatik at panlibangang kultura ng masayang palasyong imperyal ng Dinastiyang Qin.

第二课　美丽的菲律宾（2）
Aralin 2　Maganda ang Pilipinas（II）

一　课文　Testo[①]

Ang Talon ng Pagsanjan

　　Maraming talon sa Pilipinas. Ang talon ay tubig na nanggagaling sa bundok. Bumabagsak ito nang malakas sa ibaba. Isa sa mga kilalang talon sa ating bansa ang Talon ng Pagsanjan. Ito ay nasa Laguna. Kilala ito sa buong daigdig. Maraming dayuhan ang nagtutungo sa Talon ng Pagsanjan. Ang mga tao ay nagtutungo rito upang mamangka. Ibig nilang mamangka nang pasalungat sa mabilis na agos. Sila ay humahanga sa kasanayan ng mga bangkero rito. Sanay na sanay silang sumagwan sa pagitan ng malalaking bato. Talagang kakaiba ang karanasang ito ng mga taong nakapunta sa Talon ng Pagsanjan.

---

① 选编自 *Ang Bayan Ko 1*, pp.53-71.

第二课　美丽的菲律宾 (2)
Aralin 2　Maganda ang Pilipinas (II)

Dalampasigan ng Boracay

Ito ang kilalang dalampasigan ng Boracay. Ito ang tinatawag na Boracay Beach. Puti at pinung-pino ang buhangin nito. Dinarayo ito ng maraming Pilipino at dayuhan. Ang Boracay Beach ay nasa Aklan.

Ang Tiwi Hot Spring

Ang Tiwi Hot Spring ay malapit sa Bulkang Mayon. Napakainit ng tubig na bumubukal dito. Ang mga bukal ay dinarayo ng mga tao. Ang init nito ay nakagagamot sa rayuma at iba pang sakit sa balat. Ang iba pang mainit na bukal ay nasa Pansol at Los Baños, Laguna.

Mga Pook-Pasyalan sa Bansa

Nakarating ka na ba sa iba't ibang pook-pasyalan ng ating bansa? Kung hindi pa, puntahan natin ang mga ito. Isa ito sa hinahangaang tanawin sa ating bansa. Ito ay ang magandang paglubog ng araw sa Look ng Maynila. Ang lumulubog na araw ay parang isang bolang apoy.

Ang Nayong Pilipino

Nais mo bang makita ang magagandang pook sa Pilipinas? Pasyalan natin ang Nayong Pilipino. Ang Nayong Pilipino ay nasa Lungsod ng Pasay, Metro Manila. Makikita rito ang mga modelo ng magagandang tanawin sa Pilipinas. Makikita rin dito ang mga mahahalagang produkto ng iba't ibang lalawigan. Maganda at malinis ang Nayong Pilipino.

Ang Rizal Park

Paboritong pook-pasyalan ng mga Pilipino ang Rizal Park. Ipinangalan ito sa bayaning si Dr. Jose Rizal. Makikita rito ang malaking bantayog niya. Inaalayan ito ng bulaklak ng mga pangulo ng ibang bansa na dumadalaw sa Pilipinas. Isang paraan ito ng paggalang at paghanga sa ating bayani. Makikita sa isang bahagi nito ang mapa ng Pilipinas. Mayroon ding mga fountain na iba-iba ang laki. May palaruan din ng mga bata rito. Lahat ay naaaliw mamasyal sa Rizal Park, bata man o matanda. Ang Rizal Park ay para sa lahat. Panatilihin natin itong maganda at malinis. Paano tayo maaaring tumulong sa pagpapanatili ng kagandahan ng mga parke ng ating bansa?

Ang Hagdan-hagdang Palayan (Banaue Rice Terraces)

Ito ang kilalang Hagdan-hagdang Palayan ng mga Ifugao. Maraming turistang Pilipino at dayuhan ang nagpupunta rito. Taniman ito ng palay. Matiyagang ginawa ito ng mga Ifugao. Sagisag ito ng kasipagan at likas ng talino ng mga Pilipino. Kilala ito sa buong daigdig. Ipagmalaki natin ang Hagdan-hagdang Palayan. Isa ito sa mga pinakamagandang tanawin sa mundo.

Ang Parke ng Pasonance

Makikita sa lungsod ng Zamboanga ang Parke ng Pasonance. Naliligid ito ng maraming punongkahoy. Sa parkeng ito makikita ang isang treehouse o bahay sa puno. Narito rin ang malaking kampo ng Batang Iskaut. Maraming Batang Iskaut buhat sa iba't ibang dako ng Pilipinas ang nagtutungo rito.

第二课 美丽的菲律宾（2）
Aralin 2 Maganda ang Pilipinas (II)

二 对话 Usapan[1]

Mrs. Ocampo 和 Leslie 在聊天
M: Mrs. Ocampo   L: Leslie

M: Saan ka nga pala kukuha ng pagkain?

L: A sa labas na lang ako kakain. Marami namang karinderya sa plasa. Siguro mura naman ho ano.

M: Magtatrabaho ka ba o mag-aaral dito?

L: Magtuturo ho ako ng Ingles. Pero mag-aaral din ho ako ng Filipino.

M: Aba, nagtuturo rin ako ng Ingles!

L: Ha? Saan ho, sa UPLB ba?

M: Sa high school, sa UP Rural High School.

L: Aba, pareho pala ho tayo ng iskuwelahan! Siguro talagang magaling po kayo sa Ingles.

M: Hindi naman ako masyadong magaling. Pero ikaw marunong ka talagang mag-Filipino.

L: Hindi pa naman ho ako talagang marunong.

---

[1] John U. Wolff, *Pilipino through Self-Instruction (part one)*, Ithaca, Cornell University, 1991, p.13.

基础菲律宾语（第二册）

三 单词表 Talasalitaan

talon	瀑布
nanggagaling	来自
bundok	山
bagsak	落下
ibaba	往下
daigdig	世界
upang	为了……
mamangka	坐船，划船
ibig	爱、喜欢
pasalungat	逆流而上、相反的
agos	水流
hanga	钦佩
kasanayan	技能、锻炼
bangkero	船夫
sanay	熟练的（地），娴熟地（的）
sagwan	划桨
bato	石头
talaga	真的（地）
kakaiba	不同之处、奇特的
karanasan	经验
dalampasigan	海滨
malapit	近的、附近
bukal	泉水、喷泉
nakagagamot	可以治疗
rayuma	风湿

第二课　美丽的菲律宾（2）
Aralin 2　Maganda ang Pilipinas (II)

balat	皮肤
lubog	淹没、在水里、下沉、下落
bola	球
apoy	火
makita	看见
lungsod	城市
modelo	模型
mahalaga	珍贵的、有价值的
produkto	产品
lalawigan	省
bantayog	纪念碑
pangulo	总统
dalaw	参观、访问
paraan	道路、方法
bayani	英雄
bahagi	部分
palaruan	操场、广场
naaaliw	高兴、愿意、享受、感到……惬意
matanda	老的
tumulong	帮助
parke	公园
hagdan	梯子，阶梯
palayan	稻田
tanim	种植
palay	稻谷
matiyaga	坚韧的、不屈不挠的
sagisag	象征
kasipagan	勤奋、努力

talino	智力、天赋
punongkahoy	树木
bahay	房子
kampo	营地
buhat	举起、升起，从
dako	方向、地区、地方
nagtutungo	去（某地）、向（某个方向）去
karinderya	小饭馆
magtatrabaho	工作，劳动

四 注释 Tala

1. iba表示"不同的、另一个"。

    例句1：Iba ang damit na isinuot niya sa koronasyon sa isinuot niya sa parada.

    他在加冕仪式和游行活动中所穿的衣服不一样。

    例句2：Ito ay iba kaysa iyon. 这个和那个不同。

    例句3：Bigyan mo ako ng ibang klase. 给我另外一种。

    at iba pa：其他，也可以缩写成atb, atbp。

    iba-iba：表示"属性上的不同"，ibang-iba：表示"很不同，完全不同"。

    iba't iba：各种各样的

    例句4：iba't ibang uri ng mga aklat 各种各样的书

    例句5：Nakapaglakbay na siyang mabuti sa iba't ibang bansa.

    她去过很多国家。

2. bahagi：部分、阶段

    例句1：Kumain siya ng isang bahagi ng mansanas.

    他吃了苹果的一部分。

第二课 美丽的菲律宾 (2)
Aralin 2 Maganda ang Pilipinas (II)

例句2：Hiniwa ni Ina ang keik sa walong pare-parehong bahagi.

妈妈把蛋糕切成大小相等的八块。

例句3：Anong bahagi ng aritmetika ang pinag-aaralan mo ngayon?

你现在处在学习算术的哪个阶段？

3. sagisag：象征

例句1：Ang ating bandila ay sagisag ng kalayaan.

我们的旗帜象征着自由。

4. buhat：举起、从

例句1：Buhatin mo ang kahong ito. 你举起这个箱子。

例句2：buhat noon 从那时起

五 语法 Balarila

前缀 i-：将词根动词化，可表示3个方面的意思：

1. 用某物来做词根所指示的动作，主语为"某物"。

    例：ibato (r.w. bato)，（把某物当作石头）扔。

    Ibato mo nga sa akin ang libro. 请把书扔给我。

2. 为某人/某物做词根所指示的动作，主语为"某人/某物"。

    例：iluto (r.w. luto)，为某人做饭。

    Sino ba ang iniluluto mo? 你在为谁做饭？

3. 对某事物做词根所指示的动作，主语为"某事物"。

    例：iihaw (r.w. ihaw)，烧烤某物。

    Iihaw mo ang karne, isda at manok.

    你把猪肉、鱼肉和鸡肉烤好。

后缀 –in/-hin：

1. 将词根动词化，动作的接收者作主语。

    例：durugin (r.w. durog)，被击碎，被撞碎。

    Dinurog ng mga bomba ang siyudad. 炸弹将城市夷为了平地。

2. 将词根形容词化，表示"倾向于""遭受到"或"具有词根所表示的特性"。

　　例：sakitin (r.w. sakit)，病怏怏的，易病的。ubuhin (r.w. ubo)，易咳嗽的。

3. 将词根名词化。

　　例：ginisa (r.w. gisa)，炒菜、炖菜。babasahin (r.w. basa)，阅读材料。

前后缀 ma-an/ma-han：将词根动词化，有3种用法：

1. 能够对某事物完成词根所指示的动作。

　　例：masabihan (r.w. sabi)，能够告知。

　　Puwede bang masabihan ako ng balita?

　　能把消息告诉我吗?

2. 对某事物的感受。

　　例：magandahan (r.w. ganda)，认为漂亮。

　　Nagandahan siya kay Emma.　他觉得Emma很漂亮。

3. 无意的、碰巧发生的动作。

　　例：matamaan (r.w. tama)，被击中。

　　Natamaan siya ng bala sa balikat.　他的肩膀中了子弹。

六　练习　Pangkasanayan[①]

1. 使用给出的词组或单词将下列句子翻译为菲律宾语。

　　(1) 一天由24小时组成。(bumuo sa)

　　(2) 他是众多志愿者中的一员。(kabilang sa)

　　(3) 他很聪明，但是也很淘气。(subali't)

---

① Leonida C. Plama, *Sining ng Komunikasyon 3: Balarila Pangmababang Paaralan*, National Book Store Inc., 1978, pp. 76-81.

第二课 美丽的菲律宾 (2)
Aralin 2 Maganda ang Pilipinas (II)

(4) 我学习菲律宾语已经一年了。(nang)

(5) 这幅画真难看！(ang引导的强调句)

2. 找出下列句子中的错误，并改正。

(1) Inililinis ako ng mesa para kay Inay.

(2) Basahin ka ng aklat iyan.

(3) Puwede bang masabihan ng lihim sa akin?

3. 使用给出的动词和词缀造句。

(1) lagay; i-

(2) gusto; ma-han

(3) bisita; -in

(4) daan; -an

(5) sulat; i-

4. 将下列句子翻译成菲律宾语。

(1) 我们在学习菲律宾语。（不含听话的对象）

(2) 我是玛丽。他是约翰。

(3) 我们是友好的。（含听话的对象）

(4) 他们是健康聪明的。

(5) 这是马尼拉。

(6) 你是个老师。（礼貌的表示法）

(7) 那些是美国人。

(8) 你们是菲律宾人。

(9) 她正在玩。（naglalaro）

(10) 那是碧瑶。（Baguio）

(11) 他给我写信。

(12) 她为我做饭。

(13) 他卖鞋给约翰。

(14) 母亲为孩子们做饭。

(15) 她和卡洛斯去了邮局。

(16) 男孩为妈妈买书。

(17) 这些花是给安妮的。

(18) 你唱歌给我们听。

(19) 我要为布朗夫妇歌唱。

(20) 他们把车卖给我们。

七　课后阅读　Gawain sa Bahay[①]

Ang Perlas ng Silanganan

Ang Pilipinas ay isang arkipelagong binubuo ng pitong libong mga isla. Ang kasaysayan ay nagsimula sa pinakaunang tatlong grupong napadpad sa kapuluan. Sila ay ang mga Ita, mga Indo at mga Malay. Ngunit, isang Portuges na eksplorer sa ilalim ng ekspidisyon ng Espanya, ang nakadiskobreng muli sa Pilipinas noong ika-17 ng Marso, 1521. Siya ay si Ferdinand Magellan na naglagay ng Pilipinas sa mapa ng mundo.

Maraming pag-aalsa ang naganap sa pamamalakad ng mga Kastila. Ang rehimeng Kastila ay nagtagal mula ika-16 hanggang ika-19 na siglo (333 taon). Pagkatapos, nagsimula ang dominasyong Amerikano. Ipinaglaban ng mga Pilipino ang kanilang kalayaan hanggang ito ay kanilang nakamit. Noong 1935, ang Pamahalaang Komonwelt ay naitatag.

Dahil ang Pilipinas ay nasa pinaka-strategic na lokasyong pangkomersyo, hindi ito tinantanan ng isa pang manlulupig. Ang Pangalawang Digmaang

---

① 资料来源：joseph.beraud.free.fr/pays/t-paradise.htm

第二课 美丽的菲律宾 (2)
Aralin 2 Maganda ang Pilipinas (II)

Pandaigdig ay naganap noong 1941. Nanalo ang Hapon laban sa puwersang Pilipino at Amerikano. Subalit hindi pasisiil ang mga Pilipino kaya't tinaguyod ang pakipaglaban para sa inang bayan hanggang sa makamit muli ang kalayaan.

Sa kasalukuyan nahahati ang arkipelago sa tatlong heograpikal na bahagi: ang Luzon, Visayas at Mindanao. Ang bansa ay nahahati sa mga rehiyon at mga probinsya. Ang mga probinsya ay mayroong mga siyudad at bayan. Bawat siyudad at bayan ay may kanya-kanyang dialekto at kagawian. Ang pagbibigay-halaga sa kapamilya, pagiging mapag-aruga at pagiging mapagkaibigan ay nanalaytay sa dugo ng tipikal na Pilipino.

Ang Paraiso

Ang Pilipinas ay isang arkipelagong napagkalooban ng masaganang likas na yaman, mayamang kasaysayan at kakaibang kultura. Ang bansang ito ay puno ng matatanyag na tanawin na dinadarayo ng libulibong mga turista. Ito ay may kabuuang pitong libong mga isla. Bawat isa ay nagtataglay ng mga bagay na kakaiba at kaakit-akit.

Ang mga katawang tubig dito sa Pilipinas ay isa sa mga kinagigiliwan. Maraming lawa at talong nakakabagbag-damdamin ang matatanaw. Ang matiwasay na puting buhangin sa ilalim ng araw at ang malalim na dagat na puno ng makukulay at kaakit-akit na nilalang ay isa sa mga katunayan na maganda ang arkipelagong ito. Hindi lamang ang mga maninisid ang namamangha sa kagandahan ng lamang dagat kundi ang mga tao ring namamasyal sa tabing dagat. Sapagkat abot-tingin lamang ang mga magigiliw na yamang dagat.

Hindi lamang ang karagatan at maputing buhangin, mayroon ding malago at berdeng kagubatan, eksploratibong kuweba, makasaysayang istruktura, modernong lungsod, mapayapang probinsya, malapad na taniman ng bigas at tubo, bahay-kubo, mapag-aruga at mapagkaibigang mga tao at kung anu-ano pa.

Kung gusto mong akyatin ang aming kabundukan, maglakad sa ilalim ng init ng araw, bumisita sa mga makasaysayang monumento, madiskobre ang kakaiba at halu-halong kultura, bisitahin ang iba't ibang mga isla, sumisid, mag-water ski, mag-jet ski, mag-wind surf at kung anu-ano pa... Punta na kayo!

第三课　爱护我们的自然资源
Aralin 3　Pangalagaan Natin: Mga Likas na Yaman

一　课文　Testo[①]

Ang Pilipinas ay sagana sa likas na yaman. Ang mga anyong lupa at mga anyong tubig ay mga likas na yaman. Ang mga ito ay tumutugon sa mga pangangailangan ng mga tao. Dapat ingatan at pangalagaan ang mga ito.

Alamin

Ang mga likas na yaman ay mga biyaya ng ating Panginoon. Ang mga ito ay hindi gawa ng tao. Nakukuha ang mga bagay na ito sa ating paligid. Ang mga pagkain, at mga kagamitan natin sa araw-araw ay makukuha sa lupa at tubig.

Anu-ano ang mga likas na yaman na matatagpuan sa Pilipinas?

---

① 选编自 *Pilipinas: Bayan Ko 2*, pp.123-131.

Ang mga likas na yaman ay nanggagaling sa mga anyong lupa at mga anyong tubig.

Yamang Lupa

Yamang lupa ang tawag sa mga bagay na nakukuha sa mga anyong lupa.

Ang mga halaman at pananim, gaya ng niyog, palay, mais, gulay, at prutas ay mga yamang lupa. Bukod sa tirahan ng mga tao ay marami pang pakinabang ang naibibigay ng mga anyong lupa.

Sa bundok nanggagaling ang mga kahoy at troso na ginagawang lamesa, bangko, kabinet, dingding, at iba pang kagamitan sa bahay. Dito rin nakukuha ang mga kagamitan para sa paggawa ng papel, tsinelas, at sapatos. Ang punong goma ang pinagmumulan ng ginagawang tsinelas at sapatos. Ang papel naman ay galing sa mga punungkahoy. Yamang gubat ang tawag sa mga ito. Kabilang sa mga yamang gubat ang mga hayop at orkidyas na matatagpuan sa kagubatan.

Ang mga burol at talampas ay mainam na pastulan ng mga hayop dahil sa madamo ang mga lugar na ito. Ang lungsod ng Baguio ay pinagkukunan ng maraming gulay, gaya ng repolyo, petsay, at carrot. Ang mga prutas, tulad ng strawberry ay dito rin nanggagaling.

Sa gilid ng bundok o talampas ay nakukuha ang yamang mineral. Ilan sa mga mineral na nakukuha sa Pilipinas ay ginto, tanso, pilak, karbon, marmol, at iba pa. Ang ginto ang ginagamit sa paggawa ng mga alahas, tulad ng singsing, kwintas, hikaw, at pulseras. Ang pilak ay ginagamit sa paggawa ng pera. Ang marmol ay isang matigas na uri ng batong ginagamit sa paggawa ng almeres, pang-sahig sa bahay o gusali, at paggawa ng iba't ibang kasangkapan.

Ang mga magagandang pulo, tulad ng Boracay ay ginagawang mga

Aralin 3 Pangalagaan Natin: Mga Likas na Yaman

resort na siyang pasyalan ng turista. Itinatayo ang mga bahay-bakasyunan at mga kainan sa mga lugar na ito. Mayroon ding mga tindahan dito ng mga souvenir. Dinarayo rin ang Hundred Island sa Lingayen, Pangasinan.

Ang gilid ng bulkan ay ginagawang taniman ng palay at iba pang pananim dahil mataba ang lupa rito. Mapanganib ang bulkan kapag ito ay sumasabog subalit nagbibigay ito ng lava na nagsisilbing pataba ng lupa.

Ang mga anyong lupa ay pinanggagalingan ng mga yamang lupa, yamang gubat, at yamang mineral. Dapat nating pag-ingatan at pangalagaan ang mga ito.

Yamang Tubig

Ang yamang tubig ay mga bagay na nakukuha sa mga anyong tubig.

Sa dagat nakukuha ang iba't ibang lamang-dagat tulad ng isda, hipon, pusit, kabibe, suso, talaba, alimango, arosep o iba pang mga halamang dagat, perlas, at korales. Ang perlas ay ginagawang hikaw, singsing, o kwintas. Ang korales naman ay ginagamit bilang pandekorasyon. May mga maliliit na isda na ginagawang pandekorasyon sa mga aquarium. Ang kapis ay ginagamit sa paggawa ng iba't ibang pandekorasyon.

Ang mga baybaying dagat ng Batangas, Zambales, Quezon, Pangasinan, Cebu, at Aklan ay dinarayo ng mga tao kung tag-init. Ito ay nagbibigay ng hanapbuhay sa mga tao.

Ang ilog, lawa, at look ay napagkukunan ng hipon at isda. Mga isdang tabang o hipong tabang ang tawag sa mga ito. Ang talon ay nakapagbibigay rin ng hanapbuhay sa mga tao. Nagpupunta rito ang mga turista. Sa Talon ng Pagsanjan, ang mga bangkero ay kumikita sa pamamagitan ng paghahatid at pagsundo sa mga turista. Marami rin ang nagtitinda ng pagkain at mga souvenir dito. Ang Talon ng Maria Cristina ay nagbibigay ng kuryente sa mga taga-Mindanao.

Ang bukal ay dinarayo ng mga tao dahil sa mainit na tubig nito. Nakapagpapagaling ito ng rayuma at nakatutulong sa pagpapalusog ng katawan. Ang Bukal ng Pansol sa Laguna at ang Tiwi Hot Spring sa Bicol ay ilan sa mga pinupuntahan ng mga tao.

Mahalaga ang mga yamang tubig na nakukuha sa iba't ibang anyong tubig. Dapat ingatan at alagaan ang mga ito.

二 对话 Usapan[①]

一个晴朗的夏日午后，Linda和Penny在树荫下休息

L: Linda   P: Penny

L: A! Maaliwalas ang langit. Hindi maulap, hindi rin maaraw. Hindi mainit, hindi malamig. Ito ang tinawag kong magandang panahon.

P: Kuntento rin ako. Heto tayo sa ilalim ng puno; malilim at masarap ang hangin. Inaantok tuloy ako.

L: Matulog ka kung gusto mo. Doon ka sa duyan.

P: Ayokong matulog. Gusto kong sumagap ng sariwang hangin.

L: Kung gusto mo, kukuha ako ng inuming pampalamig.

P: Mamaya na. Hindi pa naman tayo nauuhaw. Samantalahin natin ang magagandang araw ng tag-araw. Kailangang lagi tayo sa labas ng bahay.

---

① *Let's Converse in Filipino*, pp.102-103.

第三课 爱护我们的自然资源
Aralin 3　Pangalagaan Natin: Mga Likas na Yaman

L: Oo nga. Maalinsangan sa loob ng bahay. Presko rito.

P: Pag dumating ang tag-ulan, maginaw na, lagi pang basa.

L: At lagi tayo nasa loob ng bahay.

P: Hindi tayo aalis dito hanggang may liwanag.

三　单词表　Talasalitaan

pangalagaan	爱护 (r.w. alaga)
sagana	丰富的
tumutugon	回答，回应 (r.w. tugon)
biyaya	赏赐，恩赐
pakinabang	益处
troso	躯干；树干、原木
goma	橡胶
pinagmumulan	来源 (r.w. mula)
tanso	铜
pilak	银
singsing	戒指
kwintas	项链
hikaw	耳环
pulseras	手镯
itinatayo	（被）建立 (r.w. tayo)
nagsisilbi	用作 (r.w. silbi)
pataba	肥料 (r.w. taba)
pinanggagalingan	来源 (r.w. galing)
kabibe	海螺
talaba	牡蛎
alimango	螃蟹

napagkukunan	取材之地 (r.w. kuha)
paghahatid	送 (r.w. hatid)
pinupuntahan	去处 (r.w. punta)
maaliwalas	明亮的、干净的 (r.w. aliwalas)
kuntento	满足的 (Eng. content)
malilim	荫凉的、有阴影的 (r.w. lilim)
inaantok	困倦的 (r.w. antok)
duyan	吊床、摇篮
ayoko	我不喜欢 (ayaw ko)
sumagap	吸入 (r.w. sagap)
samantalahin	充分利用、享受（r.w. samantala)
maalinsangan	闷热的 (r.w. alinsangan)
presko	新鲜、凉爽的
liwanag	光

四　注释　Tala

课文注释

1. Ang Pilipinas ay **sagana sa likas na yaman**.

    (1) sagana sa，富于……

    例句1：Ang bansang ina natin ay **sagana sa** iba't ibang anyong lupa.

    (2) likas na yaman，自然资源。

2. **Anu-ano** ang mga likas na yaman na matatagpuan sa Pilipinas?
    anu-ano表示"什么"，通常用来引导答案为复数的一般疑问句。
    例句：**Anu-ano** ang mga kulay ng bahaghari?

3. Ang ginto ang **ginagamit sa paggawa ng** mga alahas, tulad ng singsing, kwintas, hikaw, at pulseras.
    ginagamit sa paggawa ng，被用来做……

例句：Ang tela ay **ginagamit sa paggawa ng** mga damit.

布料被用来制作服装。

4. Ang mga bangkero ay **kumikita sa pamamagitan ng** paghahatid at pagsundo sa mga turista.

(1) kumikita，"赚钱"，动词形式。词根kita，表示"看见"或者"收入"之意，当重音形式为kitá时，表示"ko ka"。

例句：**Kumikita** siya nang sapat lamang upang ikabuhay.

Hindi pa **kita** ang tabing-dagat dahil sa ulop.

Sasamahan **kitá**.

(2) sa pamamagitan ng，"以……的方式"。

(3) paghahatid，"护送，引导，陪伴"，词根为hatid。

例句：Napinsala ang mga paninda sa **paghahatid**.

对话注释

1. **Masarap** ang hangin.

masarap除了能表示食物好吃之外，还可以表示某物让人感到很舒服。

例句：Lumangoy tayo! Masarap sa tubig!

2. **Pag** dumating ang tag-ulan, maginaw na, lagi pang basa.

pag在这里是kapag的缩写，kapag表示时间时句子用不定式，表示一般情况。

例句：**Pag** dumating ang gabi, kaunti lang ang mga tao sa kalye.

五 语法 Balarila

ng的种类与用法

1. 表归属，相当于英语中的of或's。

   例：bubong ng bahay 屋顶；ama ng bata 孩子的父亲。

   注意，在表示地点的特殊名词时不用加ng。

   例：Baranggay Mulawan（不是Baranggay ng Mulawan）；Lungsod Quezon（不是Lungsod ng Quezon）；Ilog Pasig（不是Ilog ng Pasig）；同理还有rehiyon, dagat, bundok.

   但有两个特例，Lalawigan ng Bulacan和Munisipalidad ng Balagtas。

2. 在主动句中，引导受动方（及物动词的宾语）。

   例：Bumili siya ng pagkain sa palengke. 他在市场买食品。

3. 在被动句中，引导施动方（及物动词的主语）。

   例：Kinuha ng bata ang libro. 孩子拿书。

4. 合成介词短语。

   例：tulad ng/ (ka)pareho ng, sa pamamagitan ng, sa loob/ labas/ kabila/ itaas/ ibaba/ ibabaw/ tabi/ harap/ likuran/ pagitan/ gilid/ paligid/ palibot/ dulo/ kahabaan ng, sa kabila ng.

5. 与表示数量的名词合用。

   例：lahat ng, karamihan ng, 38 porsiyento ng, kalahati ng.

   注意，kulang ng与kulang sa的区别，kulang ng是"没有"的意思，而kulang sa是"有，但是缺少"的意思。

   例：Kulang ng asin ang recipe.

   Kulang sa asin ang ulam kaya matabang.

第三课　爱护我们的自然资源
Aralin 3　Pangalagaan Natin: Mga Likas na Yaman

六　练习　**Pangkasanayan**

1. 课文练习

   用课文中学习到的词汇和知识回答下列问题。

   (1) Anu-ano ang halimbawa ng mga likas na yaman sa Pilipinas?

   (2) Anu-ano ang mga mineral na kinukuha sa Pilipinas?

   (3) Anu-ano ang mga halaman at pananim na nakikita sa Pilipinas?

   (4) Kung ihahambing sa Tsina, sagana ba o hindi ang mga likas na ya-man sa Pilipinas? Bakit?

   (5) Ano ang tipikal na panahon sa bayan mo? Ipakilala sa mga kakalse mo.

2. 语法练习

   指出下列句子中ng的用法，并用相同的用法造句。

   (1) Nag-aaral ka ba talaga ng Filipino?

   (2) Kasama ang dalawa nilang anak na lalaki ng siyam.

   (3) Laging bibisitahin ng tiyo ko ang iba't ibang lugar tuwing nabo-bored siya sa bahay.

   (4) Ano iyan sa ibabaw ng mesa?

3. 口语练习

熟读下面的对话，注意对话中口语化的表达，并尝试替换讨论的主题进行练习。

Jonny 正在评论一个从身边路过的女性。[1]

J: Jonny   N: Nicolas

J: Nicolas, nakita mo ba ang babaing nagdaan?

N: Aling babae? Pitong babae na yata ang nagdaan.

J: Iyong huling nagdaan. Iyong nakasuot ng pulang damit at mahaba ang buhok.

N: A! Iyon ba?

J: Oo. Ang ganda niya. Hindi ka ba nagandahan sa kaniya?

N: Talagang maganda siya. Pinsan ko iyon.

J: Pinsan mo?

N: Oo, magpinsang-buo kami. Magkapatid ang nanay at ang Tiyo Vito, na tatay niya.

J: Nicolas, ipakilala mo naman ako sa pinsan mo.

N: Oo. Kung gusto mo, sumama ka sa bahay namin ngayon. Papunta siya roon para bisitahin ang kapatid kong babae. Mamayang gabi pa siya uuwi.

J: Tena, Nicolas.

---

[1] *Let's Converse in Filipino*, p.28.

第三课 爱护我们的自然资源
Aralin 3 Pangalagaan Natin: Mga Likas na Yaman

七 课后阅读 Gawain sa Bahay[①]

Ang Kaibigan ni Roel

Patay na ang ama at ina ni Roel. Nakatira siya sa kanyang Tiya Salud na ubod ng sungit at lupit. May dalawang anak na lalaki ang Tiya Salud niya, si Miguel at si Rene. Pilyo ang dalawa at madalas na sinasaktan si Roel. Hindi nila isinasali si Roel sa mga laro. Sa buong maghapon, trabaho lamang nang trabaho si Roel.

Kapag hindi agad nakasunod si Roel sa utos ng kanyang Tiya Salud, pinapalo siya nito. Katulong pa ang dalawa niyang pinsan sa pagpaparusa sa kanya. Kaya't laging malungkot at nag-iisa si Roel.

Isang hapon, pinaghugas siya ng pinggan ng kanyang Tiya Salud. Inapura nito si Roel kaya nabitiwan tuloy ang isang pinggan at nabasag. Katakut-takot na palo ang inabot ni Roel. Ikinulong siya pagkatapos sa maliit na bodegang taguan ng mga sirang kasangkapan.

"Hindi ka kakain ng hapunan," ang wika ng kanyang Tiya Salud.

Takot na takot si Roel sa loob ng madilim na bodega. Nakasiksik siya sa isang sulok. Gutom na gutom siya. Napaiyak na lamang si Roel.

"Roel! Roel!" Isang maliit na tinig ang tumawag kay Roel. Nagpalinga-linga si Roel. Wala siyang makitang tao. Lalo siyang natakot.

"Roel! Roel! Nasa may paanan mo ako," sabi ng tinig.

Nang tumingin si Roel sa may paanan niya, nakakita siya ng maliit na tao. Nakita niya iyon sa dilim pagkat nagliliwanag ang suot nito. Nasilaw si Roel at nagtakip ng mata.

[①] Ligaya C. Buenaventura, *Alpabeto ng Balarila 4*, Phoenix Publishing House, Inc., 1998, pp. 239-242.

"Tumingin ka sa akin, Roel. Makikita mo ako at hindi ka na masisilaw," ang sabi ng duwende.

Tumingin nga si Roel at hindi na siya nasilaw. "Sino ka? Bakit ang liit mo?" tanong ni Roel.

"Ako si Drin. Isa akong mabuting duwende na kaibigan ng mabubuting bata. Magiging kaibigan mo na ako mula ngayon."

Nakalimutan ni Roel ang gutom at takot. "Talaga?" tanong niya.

"Oo. Mabait kang bata kaya inutusan ako ng isang ada upang tulungan ka. Gutom ka, ano? Kumain ka muna!" at sa isang iglap, nagkaroon ng masasarap na pagkain sa harapan nila. Kumain noon din si Roel. Natutuwa namang nanood sa kanya si Drin.

"Mula ngayon, katulong mo ako sa lahat ng mga ipagagawa ng tiya mong malupit. Maglalaro tayo pag tapos na ang ating trabaho. Hindi ka na magugutom. Ibibigay ko sa iyo kung ano ang ibig mo."

Galak na galak si Roel. Hindi na siya nalungkot mula noon.

Kinabukasan, nagulat ang tiya ni Roel nang palabasin sa bodega si Roel. Hindi ito mukhang takot. Hindi ito mukhang gutom. Parang masaya pa si Roel. Takang-taka ang malupit na tiya. "Bakit kaya?" tanong niya.

第四课　国家标志
Aralin 4　Mga Pambansang Sagisag

一　课文　Testo[①]

　　May iba't ibang sagisag ang nagpapakilala sa Pilipinas. Ang mga sagisag ay mga bagay na nagpapakilala o naglalarawan ng mga katangian ng mga Pilipino.

Watawat ng Pilipinas

　　Ang watawat ng Pilipinas ay may tatlong kulay. Bughaw ang naglalarawan ng kapayapaan. Pula ang naglalarawan ng katapangan at puti ang sa kalinisan ng ating kalooban.

　　Ang watawat ay may puting tatsulok na sumasagisag sa pagkakapantay-pantay ng mga mamamayan. Sa loob ng tatsulok ay mayroong tatlong bituin at isang araw na may walong sinag. Ang tatlong bituin ay sumasagisag sa tatlong malalaking pulo: ang Luzon, Visayas, at

---

① 选编自 *Pilipinas: Bayan Ko 2*, pp.145-155.

Mindanao. Ang walong sinag ng araw ay sumasagisag sa walong lalawigan na unang naghimagsik laban sa mga Espanyol. Ang mga ito ang Maynila, Batangas, Bulacan, Cavite, Laguna, Nueva Ecija, Pampanga, at Tarlac.

Palaging nasa itaas ang bahaging bughaw ng watawat kung panahon ng kapayapaan. Kung panahon naman ng digmaan, ang pula ang nasa itaas.

Igalang natin ang watawat ng Pilipinas.

Pambansang Awit

Ang Lupang Hinirang ang pambansang awit ng Pilipinas. Kalimitang inaawit ang Lupang Hinirang kapag itinataas ang watawat. Unang tinugtog ito sa Kawit, Cavite sa bahay ni Emilio Aguinaldo noong Hunyo 12, 1898 nang ipahayag ang kalayaan ng Pilipinas. Si Julian Felipe ang lumikha ng tugtugin ng Lupang Hinirang. Nilapatan naman ito ng titik ni Jose Palma.

Lupang Hinirang

Bayang magiliw
Perlas ng Silanganan
Alab ng puso
Sa dibdib mo'y buhay.
Lupang hinirang
Duyan ka ng magiting
Sa manlulupig
Di ka pasisiil.

Sa dagat at bundok,

第四课 国家标志
Aralin 4   Mga Pambansang Sagisag

Sa simoy at sa langit mong bughaw
May dilag ang tula at awit
Sa paglayang minamahal.
Ang kislap ng watawat mo'y
Tagumpay na nagniningning.
Ang bituin at araw niya
Kailan pa ma'y di magdidilim.

Lupa ng araw ng luwalhati't pagsinta,
Buhay ay langit sa piling mo.
Aming ligaya na pag may mang-aapi
Ang mamatay nang dahil sa iyo.

Pambansang Wika

Sagisag ng Pilipinas ang wikang Filipino. Ito ay binubuo ng 28 titik.

Si Pangulong Manuel L. Quezon ang tinaguriang "Ama ng Wikang Pambansa".

Ang pambansang wika ang nagbubuklod sa mga Pilipino. Dapat nating gamitin ang wikang Filipino.

Pambansang Bayani

Si Jose Rizal ay matalino, malikhain, at matapang. Marami siyang isinulat na mga aklat at nobela.

Inialay niya ang kanyang buhay at mga ginawa sa ating bansa.

Pambansang Kasuotan

Ang pambansang kasuotan para sa mga lalaki ay barong Tagalog at sa mga babae naman ay baro at saya.

Maganda ang ating mga pambansang kasuotan. Isinusuot ang mga ito sa mga mahahalagang okasyon at mga pagdiriwang.

Pambansang Bulaklak

Sampagita ang ating pambansang bulaklak. Ito ay maliit, mabango, at maputi. Ang bulaklak nito ay karaniwang tinutuhog at ginagawang kwintas.

Iniaalay ito sa mga panauhing pandangal kapag may mga pagdiriwang.

Sinasagisag ng sampagita ang malinis at mabuting kalooban ng mga Pilipino.

Pambansang Punungkahoy

Nara ang ating pambansang puno. Maganda at matibay ang punong ito. Ang nara ay ginagamit sa paggawa ng pintuan at dingding ng bahay. Ginagamit din ito sa paggawa ng mga kasangkapan sa bahay, tulad ng mesa, upuan, kabinet, aparador, tokador, at iba pa. Ang nara ay sumasagisag sa pagiging matibay at matatag ng kalooban ng mga Pilipino.

Pambansang Dahon

Anahaw ang ating pambansang dahon. Ang dahong ito ay kulay-balat. Ginagawa itong pamaypay at pambubong sa bahay. Karaniwan, ang mga bahay sa bukid at nayon ay yari sa anahaw. Sinasagisag ng anahaw ang pagiging matatag sa init at ulan ng mga Pilipino.

Pambansang Bungang-kahoy

Mangga ang ating pambansang prutas. Hugis puso ito at kulay

berde ito kapag hilaw at dilaw naman kung hinog. Sinasagisag nito ang ginintuang puso ng mga Pilipino.

Pambansang Isda

Bangus ang ating pambansang isda. Kulay pilak at nangingintab ang isdang ito. Masarap at malinamnam ang isdang ito.

Ang Bangus ay sumasagisag sa tapat na pakikisama ng mga Pilipino.

Pambansang Hayop

Kalabaw ang ating pambansang hayop. Malakas at may matibay na katawan ang kalabaw.

Karaniwang kulay abo o itim ang kalabaw. Katulong ng mga magsasaka sa bukid ang kalabaw lalo na sa pag-aararo at pagdadala ng mga produkto sa ibang lugar. Sinasagisag ng kalabaw ang pagiging masipag at matiyaga ng mga Pilipino.

Pambansang Ibon

Ang Agila o Philippine Eagle ang pambansang ibon ng ating bansa. Isa ito sa pinakamagandang ibon sa buong mundo. Ito rin ang pinakamalaki at pinakamalakas na ibon sa Pilipinas.

Ang agila ay sumasagisag sa lakas ng mga Pilipino.

Pambansang Laro

Ang sipa ang ating pambansang laro. Ang tawag ng ating mga ninuno sa larong ito ay Sepak Takraw. Bolang yari sa rattan ang ginagamit ng mga manlalaro nito. Ang manlalaro ng sipa ay gumagamit ng kanilang ulo, hita, balikat, at paa para sa pagtama o pagsipa ng bolang rattan. Hindi ginagamitan ng kamay ang larong ito.

Sinasagisag ng sipa ang pagiging maliksi ng mga Pilipino.

Pambansang Sayaw

Cariñosa ang ating pambansang sayaw. Ito ay nagmula sa Visayas. Sinasagisag nito ang pagiging magiliw ng mga Pilipino. Sinasagisag din nito ang pagiging mahinhin ng mga Pilipina.

Pambansang Bahay

Bahay Kubo ang ating pambansang bahay. Malamig na tirahan ang bahay kubo dahil sa yari sa kawayan ang sahig, haligi, at hagdanan nito. Ang bubong naman ay yari sa sawali o nipa. Kalimitang makikita ang bahay kubo sa mga probinsya o bukid. Sinasagisag ng bahay kubo ang pagiging payak o simpleng buhay ng mga Pilipino.

二　对话　Usapan[①]

Lisa正在广场上兜售小茉莉花环

L: Lisa　E: Emman

L: Mama, ale, bili na kayo ng sampagita.

E: Bata magkakano ang kuwintas ng sampagita?

L: Limang piso ho. Bili na kayo.

E: Parang kilala kita. Ano ang panganlan mo?

L: Lisa po.

E: Ikaw ang binibilhan ng sampagita ni Mr. Emman.

L: Ako nga ho. At sa akin din bumibili ng sampagita si Miss Emman.

---

① *Let's Converse in Filipino*, pp.94-95.

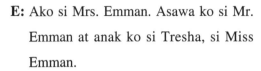

第四课 国家标志
Aralin 4 Mga Pambansang Sagisag

E: Ako si Mrs. Emman. Asawa ko si Mr. Emman at anak ko si Tresha, si Miss Emman.

L: Kayo pala. Kumusta kayo, Mrs. Emman?

E: Mabuti. Kanina pa kita hinahanap. Maraming kuwintas ng sampagita ang kailangan ko.

L: Naku, salamat po!

E: Walang anuman. Magkanong lahat ang tinda mong sampagita?

L: Dalawang daang piso po.

E: Bibilhin kong lahat.

三 单词表 Talasalitaan

duyan	摇篮
manlulupig	征服者 (r.w. lupig)
pasisiil	被压迫 (r.w. siil)
naghimagsik	反抗，起义 (r.w. himagsik)
digmaan	战争 (r.w. digma)
nagbubuklod	团结 (r.w. buklod)
inialay	奉献 (r.w. alay)
pag-aararo	犁地 (r.w. araro)
maliksi	快速的，敏捷的 (r.w. liksi)
haligi	柱子
sawali	竹子

四　注释　Tala

课文注释

1. Ang mga **sagisag** ay mga bagay na **nagpapakilala** o **naglalarawan** ng mga katangian ng mga pilipino.

    sagisag，标识，象征，动词形式为sumagisag/sagisagin。

    例句：Ang leon ay **sumagisag** sa katapangan.

    nagpapakilala，显示，指示，表示。原形magpakilala，词根kilala，同义词maglarawan。

    例句：Ang ngiti ay malimit **nagpapakilala** ng kagalakan.

    Ang kuwentong ito ay **naglalarawan** ng buhay sa nayon.

2. Palaging nasa itaas ang bahaging bughaw ng watawat **kung** panahon ng kapayapaan.

    kung可做介词和连词：

    (1) 介词，表示"在，当"，后面跟时间。

    例：**kung** hapon，下午时分。

    (2) 连词，表示"如果，要是""是否""除非"。

    例句：Lalakad ako **kung** ako'y sasamahan mo.

    Itinanong niya **kung** dapat niyang tapusin ang trabaho.

    Hindi siya pupunta maliban **kung** samahan mo siya.

对话注释

1. Ikaw ang **binibilhan** ng sampagita ni Mr. Emma.

    binibilhan词根bili买，使用-an/-han词缀可以表示动作发生的方向、地点，这里为从某人处买东西。

    例句：**Bilhan** mo siya ng sigarilyo.

2. Kayo **pala**.

小品词pala表达惊讶之情，表示由于忽然明白而发出的感叹。

五 语法 Balarila

nang的用法

1. 当连词，可以连接同一时间或相继发生的两个句子。

    例句：Lumalala ang pagbagsak ng ekonomiya **nang** maghasik ng kaguluhan ang mga terorista.

    也可以引导表达原因或结果等的状语从句。

    例句：Kailangang kusang sumuko **nang** makaiwas sa pagkakaaresto.

2. 当连接词，连接动词和修饰该动词的副词。

    例句：Tumakbo **nang** mabilis ang hinahabol na magnanakaw.

3. 当介词，引导时间状语。

    例句：Ilegal siyang nanirahan sa bansang iyon **nang** tatlong taon.

4. 两个na连用时缩写为nang。

    例句：Tumigil ka na na manigarilyo.→Tumigil ka **nang** manigarilyo.

5. 重复使用一个动词时用nang联接，表示动作的重复性和持续性。

    例句：Parami **nang** parami ang mga bansa sa Europa na nagbabawal ng tobacco advertising.

六 练习 Pangkasanayan

1. 从以下a-j中选出合适的菲律宾国家标志，与右边1-10的说明一一连线。

    a. mangga   1. pagiging magigiliw at mahinhin

    b. sampagita   2. ginintuang puso

    c. kalabaw   3. simpleng buhay

    d. bahay kubo   4. pagiging matiyaga at masipag

    e. bangus   5. may tibay at tatag ng kalooban

    f. Filipino   6. pagiging maliksi

    g. Cariñosa   7. tapat na pakikisama

    h. sipa   8. nagpapatunay ng pagiging malayang bansa

    i. nara   9. mabuti at malinis na kalooban

    j. watawat   10. nagbubuklod sa mga Pilipino

2. 用**nang**的不同用法翻译句子。

    (1) 老师进来时，学生正在教室里学习。

    (2) 她既漂亮又有钱，因此有很多人追求。

    (3) 那个老年人走得很慢。

    (4) Ato将在菲律宾住2个月。

    (5) 中国的乡村正在不断地发展。

第四课 国家标志
Aralin 4 Mga Pambansang Sagisag

3. 阅读下面一段讨论饮食的对话，尝试用你所掌握的知识替换文中出现的食物，并与同学进行口语练习。①

Allen、Katty和Lucy正在吃饭

A: Allen   K: Katty   L: Lucy

A: Masarap talagang magluto si Lucy. Malinamnam at malasa itong sopas na mais.

L: Salamat. Alam kong paborito mo ang pritong manok at paborito ni Katty ang hipon at alimango. Kaya ang mga putaheng iyan ang iniluto ko.

K: Salamat, Lucy. Nagmeryenda kami kanina. Akala ko, mawawalan ako ng gana. Pero nagutom ako nang makita ko ang nakahain sa mesa.

A: Pakiabot nga ang asin at paminta, Katty.

K: Heto. Nguyain mong mabuti ang pagkain mo, Allen, bago mo lunukin. Baka mabulunan ka.

A: Abutan mo nga ako ng isang basong tubig, Lucy. Baka nga mabulunan ako sa sarap ng pagkain.

L: Tigilan na ninyo ang biruan. Kumain kayo nang husto.

A: Talagang magpapakabusog kami.

七　课后阅读　Gawain sa Bahay②

Sana Naman

Tamad si Demy. Tamad sa lahat ng bagay. Tamad maligo. Tamad

---

① *Let's Converse in Filipino*, p.159.

② *Alpabeto ng Balarila 4*, pp.250-252.

magtrabaho. Tamad mag-aral.

Lagi tuloy siyang napagagalitan ng kanyang nanay. "Ano ka ba naman, Demy? Sarili mong mga kagamitan, ayaw mong iligpit."

"Ililigpit ko na po," sagot ni Demy. Oo lamang siya nang oo ngunit hindi kumikilos. Nagulat pa siya nang tanungin siyang muli ng kanyang nanay.

"Ipinaliligpit ho ba ninyo ang mga libro? Nakalimutan ko ho."

"Anong nakalimutan? Ang sabihin mo, tinamad ka na naman. Dahil sa katamaran mo, natututo ka tuloy magsinungaling."

Hindi pinapansin ni Demy ang galit ng kanyang nanay. Ang katwiran niya, wala siyang magagawa pagkat tinatamad siya. Pagkain lamang ang hindi niya kinatatamaran.

Dahil nga sa katamaran, mababaa ang mga marka ni Demy sa eskuwelahan.

"Demy, kapag nagpatuloy ka sa gawain mong iyan na ni hindi mo binubuksan ang iyong mga libro, baka sa isang taon nasa ikaapat na grado ka pa rin," paalaala ng nanay niya.

"Hindi po naglalagpak si Misis Balla. Mabait iyon. Isa pa, kumare ninyo siya, hindi ho ba? Kilalang-kilala niya ako. Madalas pang pumarito sa atin," pangangatwiran ni Demy.

Nagalit ang nanay ni Demy sa sinabi ng anak. "Aba, Demy, sino ang nagsabi sa iyong ngayon at kumare ko si Misis Balla ay hindi ka ibabagsak? Kung kailangang ibagsak ka, ibabagsak ka niya."

Natawa lamang si Demy. Hindi siya naniniwala sa ina.

Tuluyan nang napabayaan ni Demy ang pag-aaral. Nasabi na lamang na nag-aaral. Pumapasok lamang siya sa eskuwelahan ngunit hindi isinasaloob ang pag-aaral.

Dumating ang pasahan. Nang magbigayan ng mga kard, hindi

Aralin 4 Mga Pambansang Sagisag

makapaniwala si Demy na lagpak siya. Marunong naman siya subalit siya'y bumagsak.

Nang dumating siya sa bahay nang malungkot na malungkot, parang nahulaan ng kanyang nanay na hindi siya nakapasa. Hindi na ito kumibo nang iabot ni Demy ang kanyang kard.

"Kung hindi lamang sa katamaran ko!" ang sisi ni Demy sa sarili. "Ako ang may kasalanan. Dapat namang pumasa ang mga naghirap sa pag-aaral. At dapat naman akong lumagpak dahil hindi ako naghirap."

Nakita ng nanay ni Demy na nagsisisi ito. Sa loob niya, may pag-asa na baka naman magsipag na ang kanyang anak at matuto ng leksyon sa buhay.

Pag nagsipag ito sa pag-aaral, magsisipag na rin ito sa ibang bagay.

"Sana naman," nasabi na lamang ng nanay ni Demy.

第五课　认识与保护：人口资源
Aralin 5　Kilalanin at Pangalagaan: Ang Yamang Tao

一　课文　Testo[①]

Umaabot na humigit kumulang sa sandaang milyong Pilipino ang populasyon ng Pilipinas. **Populasyon** ang tawag sa bilang ng mga taong naninirahan sa isang lugar, bayan, lalawigan o bansa. Ang mga taong ito ang bumubuo sa yamang tao ng isang bansa. Ang bawat isa ay may tungkuling ginagampanan upang makatulong sa pag-unlad ng bansa.

Naghahanapbuhay na Populasyon

May mga **yamang tao** na nagbibigay ng **produkto** at mayroon ding nagbibigay ng **serbisyo** o **paglilingkod**.

---

① 选编自 *Pilipinas: Bayan Ko 2*, pp.194-204.

Aralin 5 Kilalanin at Pangalagaan: Ang Yamang Tao

Mga **magsasaka** ang nagbibigay ng pagkain na nanggagaling sa mga pananim, tulad ng bigas, gulay at prutas.

Mga **mangingisda** ang nanghuhuli ng isda at iba pang pagkaing dagat, gaya ng hipon, pusit, alimango, atb.

Panadero naman ang tawag sa gumagawa ng iba't ibang tinapay, gaya ng pandesal at keyk.

Sapatero ang tawag sa mga gumagawa ng iba't ibang sapatos at sapin sa paa. Ang Marikina ay kilala sa mga pagawaan ng mga sapatos.

Ang **panday** ang siyang gumagawa ng mga gamit na yari sa bakal, tulad ng itak, kutsilyo, at palakol.

Manghahabi ang tawag sa mga gumagawa ng tela. Ang mga Ifugao ay kilala sa galing sa paghahabi ng mga makukulay na tela.

Pintor ang tawag sa mga taong gumuguhit ng mga larawan na ginagamit pandekorasyon sa mga bahay o sa mga tanggapan.

Magpapalayok ang tawag sa mga gumagawa ng palayok, banga, at plorera na galing sa isang uri ng putik. Ang lalawigan ng Ilocos ay kilala sa paggawa ng iba't ibang palayok.

Manlililok ang tawag sa mga taong gumagawa ng rebulto o estatwa ng tao, hayop, at santo. Lumililok sila ng mga ito mula sa kahoy, marmol, eskayola, at iba pang uri ng bato.

Tindero ang tawag sa mga taong nagbebenta ng mga produktong galing sa mga magsasaka, mangingisda, panadero, at iba pang tagagawa ng mga bagay na kailangan natin sa araw-araw.

Narito naman ang mga yamang tao na **nagbibigay ng serbisyo o paglilingkod**.

Sa **doktor** ka pumupunta kung ikaw ay may sakit.

Ang **nars** ang katulong ng doktor sa panggagamot sa mga maysakit.

Kung masakit ang ngipin, sa **dentista** pumunta. Inaalagaan ng dentista ang ating ngipin. Inaayos o inaalis din niya ang mga ngiping sira.

Ang **guro** ang nagtuturo sa atin upang tayo ay matutong bumasa, sumulat, bumilang, magkuwenta, at mangatwiran. Siya rin ang nagtuturo ng magagandang asal.

Para sa kalalakihan, kapag mahaba na ang buhok o di kaya nama'y gustong ipabago ang estilo ng buhok, sa **barbero** pumupunta. **Mangungulot** naman ang taga-ayos at tagagupit ng buhok ng mga kababaihan.

Ang **elektrisyan** ang nagkakabit at nag-aayos ng mga linya ng kuryente sa mga bahay at mga tanggapan.

Kung gustong magpagawa ng bagong damit, **modista** ang kailangan. Siya ang karaniwang tumatahi ng mga damit na pambabae. Ang **sastre** naman ang karaniwang tumatahi ng pantalon at iba pang kasuotang panlalaki.

Ang **karpintero** ang gumagawa ng bahay o gusali. Siya ang katulong ng mga inhinyero at arkitekto sa pagtatayo ng bahay o gusali.

Ang **pulis** ang namamahala para sa katahimikan at kaayusan sa pamayanan. Siya ang nagpapatupad ng batas. Siya rin ang humuhuli sa mga taong may masasamang loob.

Ang **sundalo** ang tagapagtanggol ng bansa. Sila rin ang nangangalaga sa katahimikan at kapayapaan ng bansa.

Tsuper o **drayber** ang tawag sa mga taong nagpapatakbo ng mga sasakyang panlupa.

Piloto ang tawag sa nagpapalipad ng mga sasakyang panghimpapawid.

Ang mga yamang taong nabanggit ay nabibilang sa mga naghahanapbuhay na populasyon. Malaki ang naitutulong nila sa pag-unlad ng bansa.

第五课　认识与保护：人口资源
Aralin 5　Kilalanin at Pangalagaan: Ang Yamang Tao

Batang Populasyon

Mayroon din namang **batang populasyon**. Kabilang dito ang mga sanggol at mga batang nag-aaral pa lamang. Sila ay umaasa sa mga naghahanapbuhay na populasyon. Mayroon din namang mga batang dahil sa hirap ng buhay ay napipilitang magtrabaho na upang makatulong sa mga magulang.

Matatandang Populasyon

Kabilang naman sa **matandang populasyon** ang mga taong may edad na 65 taon pataas. Sila ay huminto na sa pagtatrabaho at umaasa na lang sa tulong ng pamilya o ng pamahalaan.

Ang tatlong pangkat ng populasyon ay mahalaga. Sila ang nangangalaga at nagpapaunlad sa mga likas na yaman.

二　对话　Usapan①

学校的顾问Richard正在和Jeremy谈话
R: Richard　J: Jeremy

R: Ano, Jeremy, naisip mo na ba kung anong kurso ang kukunin mo?
J: Marami akong ambisyon sa buhay. Gusto kong maging piloto. Gusto ko ring maging isang reporter, manunulat, inhinyero, at matagumpay na negosyante kaparis ng tatay ko.
R: Mabuti ang maging ambisyoso, Jeremy. Pero pumili ka ng isang kurso. Hindi maaaring sabay-sabay mong kukunin ang maraming

---
① *Let's Converse in Filipino*, p.126.

kurso.

J: Iyan din ang sabi ng tatay ko. Alam ninyo, isa siyang akawntant. Nagtapos siya ng komersiyo. Limang taon siyang akawntant sa isang kompanya. Pagkatapos, nagtayo siya ng sariling negosyo. Matatag na ang negosyo  niya ngayon. Pero nag-aaral pa rin ang tatay ko. Kumukuha siya ng abugasya. Ibig niyang maging abogado muna, bago maging piskal, at kung posible ay maging hukom.

R: Ano bang propesyon ang pinakagusto mo?

J: Gusto kong maging akawntant para maging matagumpay na negosyante ako.

R: Komersiyo muna ang kunin mo.

三 单词表 Talasalitaan

humigit	超过 (r.w. higit)
kumulang	少于, 缺乏 (r.w. kulang)
tungkulin	责任 (r.w. tungkol)
ginagampanan	完成职责 (r.w. ganap)
magsasaka	农民 (r.w. saka)
pananim	作物 (r.w. tanim)
mangingisda	渔夫 (r.w. isda)
panadero	面包师
pandesal	圆面包
sapatero	鞋匠 (Sp. zapatero)
sapin	木底鞋 (Sp. chapin)

第五课　认识与保护：人口资源
Aralin 5　Kilalanin at Pangalagaan: Ang Yamang Tao

panday	铁匠
itak	大砍刀
kutsilyo	刀，小刀，匕首 (Sp. cuchillo)
palakol	斧头
manghahabi	织工 (r.w. habi)
tela	织物，布料
pintor	画家，漆工
gumuguhit	画，勾勒 (r.w. guhit)
magpapalayok	陶瓷工 (r.w. palayok)
banga	陶罐
plorera	花瓶 (Sp. florero)
putik	泥
manlililok	雕塑家 (r.w. lilok)
rebulto	雕像
eskayola	石膏 (Sp. escayola)
tindera	售货员 (r.w. tinda)
nars	护士 (Eng. nurse)
magkuwenta	数数，计算 (r.w. kuwenta)
mangatwiran	推理，申辩 (r.w. tuwid)
estilo	风格，款式 (Sp. estilo)
barbero	理发师 (Sp. barbero)
mangungulot	发型师 (r.w. kulot)
tagagupit	理发师 (r.w. gupit)
nagkakabit	连接 (r.w. kabit)
kuryente	电
modista	女装裁缝师 (Sp. modista)
tumatahi	缝纫 (r.w. tahi)
sastre	裁缝 (Sp. sastre)

karpintero	木匠
inhinyero	工程师
namamahala	负责，管理，控制 (r.w. bahala)
nagpapatupad	执行 (r.w. tupad)
sundalo	士兵
tagapagtanggol	保卫者 (r.w. tanggol)
nagpapalipad	使飞行 (r.w. lipad)
sanggol	婴儿
napipilitan	被迫 (r.w. pilit)
huminto	停止 (r.w. hinto)
manunulat	作家 (r.w. sulat)
kaparis	就像……一样 (r.w. paris)
abugasya	法律 (Por. advocacia)
hukom	法官
piskal	检查官 (Eng. fiscal)

四　注释　Tala

课文注释

1. **Umaabot** na **humigit kumulang** sa sandaang milyong Pilipino ang populasyon ng Pilipinas.

    (1) umabot有"达到"和"延伸"两个意思，文中取"达到"之意。

    例句1：**Umabot** siya sa gulang na siyamnapu bago namatay.

    例句2：Ang Estados Unidos ay **umaabot** mula sa Pasipiko hanggang Atlantiko.

    (2) humigit kumulang意为"或多或少""大约""左右"。也可写为humigit-kumulang。

    例句：Nangyari iyon noong isang linggo na **humigit-kumulang**.

2. Ang pulis ang **namamahala** para sa katahimikan at kaayusan sa pamayanan.

  Namamahala的词根是bahala，与ma-词缀组合后的形态变化是mamahala（原形），namahala（过去时），namamahala（现在时），mamamahala（将来时）。意为"负责""管理"。

 例句：Si Bb. Santos ang siyang **namamahala** sa salapi ng paaralan.

3. Sila ay **umaasa** sa mga naghahanapbuhay na populasyon.

  umasa有"希望、相信"和"依靠、依赖"两个意思，文中取"依靠"之意。

 例句1：**Umaasa** akong makapapasa sa iksamen.

 例句2：**Umaasa** si Juan sa kanyang mga magulang sapagka't wala siyang trabaho.

对话注释

1. Ano, Jeremy, naisip mo na ba kung anong **kurso ang kukunin** mo?

 kumuha ng kurso/kunin ang kurso表示"选修某门课程、专业"，kurso在菲律宾语中指专业或课程。

 例句：**Kumukuha** siya **ng** abugasya.

2. Hindi maaaring **sabay-sabay** mong kukunin ang maraming kurso.

  sabay-sabay意为"一起、同时"，表示在同一时间内完成几件事；与此类似的是kasama，但其更倾向于表示与某人一起做某事。

 例句：**Sabay-sabay** tayong mag-aral sa aklatan, okay ba?

五 语法 Balarila

条件从句中连词的三类用法

引导条件从句的连词主要有：kapag/pag：如果，只当

kung/sa sandali：在……的时候

oras na/basta't：只要

tuwi：每当

1. 表示条件，只有当后面分句的条件得以满足时，前面分句的内容才能够实现。

   例句：Pakakasal ako sa iyo, **pag** puti ang uwak.（puti ang uwak是一个习语，表示不可能发生的事。）

   Pupunta ako sa parke, **kung** hihinto ang ulan.

   Pagsasabihan ko si Damian, **oras na** makita ko siya.

   Matakot ako, **tuwing** makikita si Dan.

2. 以kung来引导句子，表达一种希望。

   例句：**Kung** president lang sana ako.

   Kung milyonaryo lang ako.

   Kung may kilala lang sana ako sa City Hall.

   Kung napangasawa sana kita.

3. kung与连词at组合在一起，引导句子，表示一种质疑的语气。

   例句：**At kung** hindi ako umalis?

   At kung kasalanan ni Jenny?

   At kung masamang babae si Marta?

   At kung ayoko?

六 练习 Pangkasanayan

1. 选出处于下面各情景时最合适的做法。

   (1) Mataas ang lagnat ng kapatid ngunit hindi pa dumarating ang iyong ina.

   a. Pabayaan na lang ito.

   b. Hintayin ang nanay mo.

   c. Tumawag ng doktor.

   (2) Napansin mong sobra ang sukli ng tindera sa binili mong pagkain.

   a. Ibalik ang sobrang sukli.

   b. Hahayaan na lang dahil hindi naman ito alam ng tindera.

   c. Sabihing hindi mo ito kasalanan.

   (3) Naghatid ng sulat ang kartero sa iyong bahay at ikaw ang tumanggap. Ano ang sasabihin mo?

   a. Paalam.

   b. Sige, umalis ka na.

   c. Maraming salamat po.

   (4) Hindi ibinalik ng tsuper ang sukli sa pamasahe mo.

   a. Pagsabihan siya nang masama.

   b. Hingin mo ito nang maayos.

   c. Pabayaan na lamang.

   (5) Hindi pa dumarating ang trak ng basura sa inyong lugar ngunit marami na ang basura sa inyong bahay.

   a. Ilabas ito sa kalye.

   b. Itapon sa bakuran ng kapitbahay kapag walang tao.

   c. Ayusin ang mga ito at hintayin ang trak ng basura.

2. 使用条件从句回答下面的问题。

　　例：*Kailan uuwi si Bob?*

　　　　Uuwi si Bob kung tatawagan mo.

　　(1) Paano makakayari ng trabaho si Bob?

　　(2) Paano matututo si Syl?

　　(3) Kailan palalabasin si Carlo?

　　(4) Paano lalaki ang mga halaman?

　　(5) Paano uunlad ang Pilipinas?

　　(6) Kailan lilinis ang Maynila?

　　(7) Kailan igagalang ang mga pulitiko?

　　(8) Paano mababago ang pagtingin sa Amerika?

　　(9) Paano ako makatutulong sa kapwa?

3. 将下列词根按照正确的形式变成相应的职业。

　　(1) isda

　　(2) aso

　　(3) habi

　　(4) troso (log)

　　(5) aral

Aralin 5　Kilalanin at Pangalagaan: Ang Yamang Tao

七　课后阅读　Gawain sa Bahay

Tirahan ng Aking Kaibigan[1]

　　Ibig ba ninyong gumawa ng tirahan ng mga alagang ibon sa inyong bakuran? Isang madaling gawain ito kung matiyaga ang gagawa. Napatunayan namin ito.

　　Ipinasiya namin ng kaibigan kong si Rusty na gumawa ng bahay ng ibon. Humingi kami sa Nanay ng isang lumang kahon. Tinanggal namin ang ibabaw ng kahon at binutasan namin nang maliit sa gitna ang isang panig. Pagkatapos, kinuha namin ang dalawang takip ng kahon ng tabako ng Tatay upang gawing bubungan. Pinagkabit-kabit namin iyon sa pamamagitan ng pandikit. Tumuklap si Rusty ng mga balat ng kahoy na panggatong at iyon ang ikinabit namin sa mga gilid at bubungan upang magmukhang punungkahoy ang bahay. Inilagay namin ang bahay sa ibabaw ng isang mataas na poste sa likod ng bakuran nina Rusty.

　　Nakatutuwang tingnan ang pagdapo at paglabas-masok ng mga ibon sa kanilang bagong bahay. Mabuti na lamang at naisip naming igawa ng bahay ang mga alagang ibon nina Rusty. Isusunod naman naming gawin ang bahay ng mga alaga ko.

Jamela要去参加一个高中同学聚会，她劝Stig也一同前往。[2]
J: Jamela　　S: Stig

S: Sumama ka na sa akin, Jamela. Hindi ka ba nasasabik makita ang mga

---

[1] *Alpabeto ng Balarila 4*, pp.304-305.

[2] *Let's Converse in Filipino*, p.125.

dati nating kaklase?

J: May lakad ako sa Linggo.

S: Alam mo bang dadalo si Jason Statham? Bantog na artista na siya sa pelikula. At si Leona Lewis, mang-aawit sa telebisyon. Dadalo rin si Leah, modelo siya. Mga kilala sila ng publiko. Pero sa atin, mga kaklase pa rin sila noong nasa mataas na paaralan tayo. Sabik naman silang makita at makabalitaan tayo.

J: Kung sabagay, gusto kong makita si Schumacher. Manunulat at reporter siya sa magasin. At si Ralf, mahusay na litratista, pintor, at dibuhista.

S: Gusto ka rin nilang makita, Jamela. Baka nalimutan mo nang isa kang hukom at mabibilang mo ang hukom na babae sa bayan natin.

J: Stig, huwag mong kalimutang batikang abogada ka. Pero tigilan na natin ang purihan. Pumunta na lang tayo sa reunion.

第六课　宗教节日
Aralin 6　Mga Pagdiriwang Panrelihiyon

一　课文　Testo[①]

Nagkakatipun-tipon ang mag-anak na Pilipino sa mga iba't ibang okasyong ipinagdiriwang. Ang mga okasyong ito ay nagpapakita ng pagkakabuklud-buklod ng pamilya, ng pagmamahalan, pag-aalala sa bawat isa, at pananampalataya sa Panginoon.

Bagong Taon

Ang unang araw ng taon o **Enero 1** ay isang okasyong ipinagdiriwang sa lahat ng sulok ng daigdig.

Nagsisindi ng lusis ang mga bata at matatanda para salubungin ang Bagong Taon. Nag-iingay ang mga tao sa pamamagitan ng pag-ihip ng

---

① 选编自 *Pilipinas: Bayan Ko 2*, pp.228-238.

torotot, o pagkalampag ng mga lata, o pagpapatunog ng anumang bagay na magbibigay ng ingay, gaya ng pagbubusina ng kotse o dyip.

Bago mag-ikalabindalawa ng hatinggabi ay may misa ng pasasalamat sa mga simbahan. Pagkatapos magsimba ng mga tao sila ay umuuwi sa bahay upang magsalu-salo sa hapag-kainan.

Pista ng Patron

Ang pagdiriwang ng kapistahan ng santong patron sa isang pook ay ginagawa taun-taon.

Ipinagdiriwang ng mga tao ang kanilang pista sa pamamagitan ng pagdarasal ng nobena sa loob ng siyam na araw. Nakikinig sila ng misa sa araw ng kanilang kapistahan. Naghahanda ang mga tao ng masasarap na pagkain para sa kanilang mga panauhin. Nagkakaroon ng iba't ibang palaro na sinasalihan ng mga bata at matatanda.

Nagpuprusisyon din ang mga tao kasama ng kanilang mga santong patron. Ang ibang bayan na malapit sa ilog, lawa, o baybayin dagat ay nagsasagawa ng prusisyon sa tubig.

Sa lugar naman ng Quezon ay may tinatawag na **Pahiyas**. Bilang parangal kay San Isidro de Labrador, ang mga tao ay nagsasabit ng kani-kaniyang produkto upang idekorasyon sa kanilang mga tahanan. Karaniwang makikita ang makukulay na kiping.

Ang **Ati-Atihan** ay idinaraos upang ipagdiwang ang pista ng Sto. Niño. Ang mga tao ay nagpapahid ng uling sa katawan upang magmukha silang mga Ati. Nagsusuot sila ng makukulay na kasuotan at sumisigaw ng "Viva! Viva Sto. Niño!" habang sumasayaw sa gitna ng mga daan. Ang pistang ito ay ginaganap tuwing Enero sa Kalibo, Aklan. Sa Cebu naman idinaraos din ang **Sinulog** na halos kapareho rin ng Ati-Atihan. Ang katumbas naman nito sa Bacolod ay ang **Maskara**.

Aralin 6 Mga Pagdiriwang Panrelihiyon

Ang buwan ng Mayo ay itinakda bilang buwan ng pistahan. Ang iba't ibang bayan sa Pilipinas ay may idinaraos na **Santakrusan**. Isa itong pagtitipon ng mga magagandang dilag na nakadamit panreyna upang ipakita ang paghahanap ni Santa Elena sa Banal na Krus.

Ipinakikita sa mahabang prusisyon ang iba't ibang tauhan at simbolo sa Bibliya. Maraming tao ang nanonood sa Santakrusan. Ito ay kalimitang nagsisimula sa misa at natatapos sa isang baile o sayawan.

Ramadan

Kung ang mga Kristiyano ay may ginugunitang Mahal na Araw, ang mga Muslim ay mayroon din. Ito ang tinatawag na **Ramadan**. Ang Ramadan ay isang pagsasakripisyo na isinasagawa ng mga Muslim sa loob ng isang buwan.

Ito ay isang paraan ng pagpapakita ng pagmamahal at pananampalataya sa kanilang kinikilalang Diyos na si Allah.

Sila ay hindi kumakain mula sa pagsikat ng araw hanggang sa pagsapit ng gabi. Ginagawa nila ang kanilang mga pang-araw-araw na gawain nang hindi tumitikim ng ano mang pagkain. Hindi rin sila umiinom ng tubig sa panahon ng pagsasagawa sa Ramadan. Kakain lamang sila sa gabi kapag ang kadiliman ay kalat na sa paligid.

Ang gumagawa ng sakripisyo ng Ramadan ay may edad na lima pataas. Iyong mga maysakit at hindi kaya ng kanilang katawan ay hindi kasali sa Ramadan.

Pasko

Napakasayang araw para sa mga Pilipino lalung-lalo na sa mga bata ang araw ng **Pasko**. Mayaman o mahirap, bata man o matanda ay nagdiriwang sa araw na ito.

Ang pagdiriwang ng kapaskuhan sa Pilipinas ang pinakamahaba sa buong mundo.

Ang **Misa de Gallo** o simbang gabi ay idinaraos tuwing madaling araw mula ika-16 ng Disyembre hanggang ika-24 ng Disyembre. Idinaraos nang siyam na araw ang simbang gabi bago dumating ang takdang araw ng kapaskuhan-ika 25 ng Disyembre.

Gabi-gabi, ang mga bata ay umaawit ng mga awiting pamasko sa tapat ng mga bahay. Matapos silang umawit, tumatanggap sila ng mga perang aginaldo mula sa kanilang tinapatan.

Ang pinakatampok sa gawaing panrelihiyon ay ang **Noche Buena** na ginaganap tuwing ika-24 ng Disyembre. Karaniwang nagsisimba ang bawat mag-anak at pagkatapos, sila ay magsasalu-salo sa mga pagkaing kanilang inihanda. Ang hamon at keso de bola ay karaniwang kasama sa hapag-kainan.

二 对话 Usapan[①]

Barbossa和Sparrow正要去商店买东西

B: Barbossa   S: Sparrow

S: Sa a primero ng buwang papasok, mamili na tayo ng mga regalong pamasko.

B: Bibili na ako ng ilang regalo ngayon.

S: Katapusan pa lamang ng buwan ngayon.

B: Tama. Katapusan na ng Nobyembre ngayon. Dalawampu't apat na araw na lamang at Pasko na.

[①] *Let's Converse in Filipino*, pp.41-42.

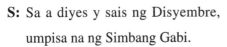

S: Sa a diyes y sais ng Disyembre, umpisa na ng Simbang Gabi.

B: Sa a beinte y kuwatro, Notsebuwena na.

S: Sa a treinta y uno ng Disyembre, bisperas na ng Bagong Taon.

B: At sa a primero ng Enero, Bagong Taon na.

S: Kaya mag-uumpisa na akong mamili ng pamasko.

B: Ako rin.

三 单词表 Talasalitaan

nagkakatipun-tipon	团聚 (r.w. tipon)
mag-anak	家人，家庭 (r.w. anak)
pagkakabuklud-buklod	团结 (r.w. buklod)
pananampalataya	信仰，信条 (r.w. sampalataya)
nagsisindi	点燃 (r.w. sindi)
lusis	一种焰火 (Sp. luces)
salubungin	迎接，欢迎 (r.w. salubong)
pag-ihip	吹 (r.w. ihip)
torotot	一种儿童吹的喇叭
pagkalampag	弄出大的声响 (r.w. kalampag)
lata	罐子
pagbubusina	车鸣喇叭 (Sp. bocina)
magsalu-salo	一起吃，聚餐 (r.w. salo)
nobena	连续九天的祷告 (Sp. novena)
sinasalihan	参与 (r.w. sali)

prusisyon	游行 (Sp. procesion)
nagsasabit	悬挂 (r.w. sabit)
idinaraos	庆祝 (r.w. daos)
nagpapahid	涂抹 (r.w. pahid)
uling	煤，炭
dilag	绚烂，绝美
ginugunita	被庆祝、被纪念 (r.w. gunita)
tumitikim	尝 (r.w. tikim)
kalat	扩散开来的
sakripisyo	献祭 (Sp. sacrificio)
pinakatampok	最精华，最引人注目 (r.w. tampok)
a primero	一号 (Sp. primero)
bisperas	前夜 (Sp. víspera)
Notsebuwena	平安夜 (Sp. Nochebuena)

四 注释 Tala

课文注释

1. Nag-iingay ang mga tao sa pamamagitan ng pag-ihip ng torotot, o pagkalampag ng mga lata, o pagpapatunog ng anumang bagay na magbibigay ng ingay, gaya ng pagbubusina ng kotse o dyip.

    pagkalampag的词根是kalampag，与um-、-in词缀组合意为"敲击、击打、发出刺耳声响"。

    例句1：Siya'y **kumakalampag** ng pinto.

    例句2：**Kinakalampag** ng mga bata ang kampana.

2. Ang mga tao ay nagpapahid ng uling sa katawan upang **magmukha** silang mga Ati.

    magmukha的词根是mukha，有"模仿、看上去像"和"好像、貌似"两个意思。

例句1：Kahoy na pinintahan upang **magmukhang** marmol.

例句2：**Nagmukha** siyang hindi maligaya.

五 语法 Balarila

疑问词的归纳总结

在菲律宾语中，常见的疑问词有：alin，ano，bakit，gaano，ilan，kailan，kanino，kumusta，magkano，nakanino，nasaan，nino，paano，saan和sino。

1. alin 意为"哪个"。

    例句：**Alin** ang punong-lungsod ng Estados Unidos - Washington, D.C. o New York?

    Aling palda ang gusto mo?

2. ano意为"什么"。

    例句：**Ano** ang kumagat sa kaniya?

    Anong oras darating si Luisa?

    Anu-anong klaseng inumin ang pipiliin ninyo?

3. bakit 意为"为什么"。

    例句：**Bakit** nasa Barcelona sila?

    Bakit ka tanga?

4. gaano意为"有多么"，后面接"ka-"作前缀的形容词或副词。

    例句：**Gaano** kalayo ang bahay ni Nicomedes?

    Gaano ka katagal sa Montreal?

    Gaano kaya kahahaba ang mga ahas na iyon?

5. ilán 意为"多少"。

    例句：**Ilan** ang anak nina Arsenio at Edilberta?

Ilang taon ka na?

6. kailan意为"什么时候"。

   例句：**Kailan** uuwi si Victor?

         Mula **kailan** ka nag-aaral ng Filipino?

7. kanino 意为"谁，谁的"，作"谁"讲时相当于英语中"whom"的用法。

   例句：Para **kanino** ang pagkaing iyan?

         Ibibigay ko ang pera **kanino**?

         Kaninong sapatos iyon?

8. kumusta意为"怎么样"，经常被用来表达问候，由西班牙语中的como esta而来。

   例句：**Kumusta** ang ina ninyo?

         Kumusta ang trabaho mo?

9. magkano 意为"多少"，用来询问价格。

   例句：**Magkano** ang kotseng iyon?

         Magkakano ang saging?

10. nakanino意为"和谁一起，在谁那儿"，由sino变形而来。

   例句：**Nakanino** ang panyo ko?

         Nakanino raw ang ate ko?

11. nasaan意为"在哪里"，用来询问方位，但不和动词连用。

   例句：**Nasaan** ang susi ko?

12. nino 意为"谁，谁的"它是sino的间接和所有格形式。

   例句：Sapatos **nino** iyon?

         Ginawa **nino**?

13. paano 意为"怎样"，用来询问动作发生的方式。

   例句：**Paano** siya nasaktan?

         Papaano ako makakatulong sa mga biktima?

14. saan 意为"哪里"，有时也作 ano 用。

例句：**Saan** mamimili si Estelita?

Para **saan** ba ito?

15) sino 意为"谁"。

例句：**Sino** ang nakita mo?

Sinu-sino ang mga dating pangulo ng Pilipinas?

六　练习　Pangkasanayan

1. 课文练习

回答下列问题。

(1) Kung ikaw ay isang Muslim Pilipino, dapat ka bang makipagkaibigan sa mga Kristiyano? Bakit?

(2) Anu-ano ang mga pagdiriwang sa Tsina, kailan ba? Talakayin ang mga pagdiriwang sa Tsina, gamitin ang mga bilang Espanyol.

2. 语法练习

请选择括号中合适的疑问词填空。

(1) _____ sa mga iyan ang bibilhin ni Canuto?(Alin, Magkano)

(2) Nakita ka _____? (sino, nino)

(3) _____ mo gagawin? (Paano, Ano)

(4) Taga-_____ siya? (saan, nasaan)

(5) _____ kabilis na tumatakbo ang kabayo? (Bakit, Gaanong)

(6) _____taon ang anak mo? (Ilang, Anong)

3. 口语练习[①]

阅读下列对话找出其中关于时间的词汇，并利用这些词汇组织一段新的对话。

爸爸和妈妈正在查看日历上的安排。

T: Tatay   N: Nanay

T: Sa Sabado't Linggo pala, dadalo tayo sa dalawang kasalan.

N: Kaninong kasal?

T: Kasal ng pamangkin mong si Kraken sa Sabado.

N: At sa Linggo?

T: Kasal ng pamangkin kong si Will.

N: At huwag mong kalimutan ang binyag ng apo nating si Davy sa Biyernes.

T: Hindi ko nalilimutan ang binyag ni Davy.

N: Sa isang Linggo naman ang kumpil ni Gibbs.

T: Ganoon ba? Sa Lunes naman, anibersaryong kasal ng Tiyo Will at Tiya Elithabeth.

N: Naku, halos araw-araw pala sa loob ng dalawang linggo, may dadaluhan tayong salu-salo!

T: Bukas ang pinakamahalagang okasyon.

N: Tama. Kaarawan mo bukas.

T: A! Hindi mo nalimutan!

[①] *Let's Converse in Filipino*, pp.40-41.

七　课后阅读　Gawain sa Bahay[①]

Ang Lason ng Kobra

　　Nagbubukas ng bunganga ang kobra kapag sinugod ng kalaban. Dalawa lamang ang ngipin nito sa itaas. Kapag nasara ang bunganga ng kobra, dapang-dapa ang mga ngiping ito. Ngunit kapag ibinuka ng kobra ang kanyang bunganga, tumatayo ang dalawang pangil. Nakabaon ang mga pangil na ito sa buto ng bagang sa itaas. Nakokontrol ng galaw ng panga ang mga pangil.

　　Pagbuka ng bunganga ng kobra nadidiinan ang mga kalamnang pumipiga sa kinalalagyan ng lason. Lumalabas dito ang lason na nagmumula sa kanal sa bawat ngipin.

　　Kaya kapag nanuklaw ang kobra, ang matatalim at tayung-tayong ngipin ang sumusugat sa kalamnan at ang lasong lumalabas sa ngipin ang pumapasok sa ugat ng tinuklaw.

　　Humahalo ang lason sa dugo at kumakalat sa buong katawan ng natuklaw na maaari niyang ikamatay.

　　Gayunman, nakamamatay lamang ang lasong ito pag pumasok sa ugat ngunit hindi mapanganib kapag sa bibig pinaraan. Hindi maaano ang makalululon kailanma't walang bukas na ugat.

---

① 选编自 *Alpabeto ng Balarila 4*, pp.307-308.

第七课　谋生方式与自然环境的关系
Aralin 7　Ang Kaugnayan ng Uri ng Hanapbuhay ng mga Mamamayan sa Katangiang Pisikal ng Bansa

一　课文　Testo[①]

Ating awitin at isipin ang ipinahahayag ng awiting bayan na "Magtanim ay Di Biro" ni Levi Celerio.

Magtanim ay Di-Biro

ni Levi Celerio

Magtanim ay di-biro

Maghapong nakayuko

Di naman makaupo

Di naman makatayo

---

① 选编自 *Pilipinas: Bayan Ko 3*, pp.67-74.

第七课 谋生方式与自然环境的关系
Aralin 7 Ang Kaugnayan ng Uri ng Hanapbuhay ng mga Mamamayan sa Katangiang Pisikal ng Bansa

Bisig ko'y namamanhid
Baywang ko'y nangangawit
Binti ko'y namimitig
Sa pagkababad sa tubig

Halina, halina, mga kaliyag
Tayo'y magsipag unat-unat
Magpanibago tayo ng lakas
Para sa araw ng bukas

Ang pagtatanim ng palay ay isa sa mga hanapbuhay ng mga tao sa kapatagan, lambak, at talampas.

Sa pagsisimula ng panahon ng tag-ulan, nag-uumpisa na silang magtrabaho sa bukid. Sila ay nag-aararo, naghahanda ng mga punla at nagtatanim.

Sa dakong Mindanao sa may kapatagan, kahit tagtuyot, sila ay nagtatanim, at sa mga lugar na matataas, sila ay naghihintay ng ulan bago magtanim. Habang naghihintay ng panahon ng anihan, ang ibang magsasaka ay pumapasok sa ibang hanapbuhay. May pumapasok na tsuper, karpintero, mangingisda, o gumagawa ng mga kagamitang pambahay, tulad ng basket, walis at silya.

Pagkatapos nilang umani, sila ay nagtatanim din ng mani, kamote, talong, kamatis, at iba pang mga gulay at prutas. Ito ay ginagawa nila habang naghihintay ng susunod na panahon ng anihan.

Malaki ang kaugnayan ng kapaligiran ng isang pamayanan sa mga gawaing pangkabuhayan ng mga taong naninirahan dito. Iniaangkop ng mga tao ang kanilang mga gawain o pamumuhay sa uri ng likas na yaman na matatagpuan sa kanilang lugar.

Napag-aralan na natin ang iba't ibang anyong tubig at anyong lupa ng bansa. Ang mga ito at ang klima ng bansa ay may malaking kinalaman sa kabuhayan ng mga tao.

Sa kapatagan ang mga nakatira ay karaniwang nagsasaka o nagtatanim. Magsasaka ang tawag sa kanila. Mainam na taniman ng palay, mais, tabako, at iba pang prutas at gulay ang kapatagan. Sa pagbabago ng panahon, iniiba ng mga magsasaka ang kanilang mga pananim. Kung tag-ulan, mga pananim na higit na nangangailangan ng tubig ang kanilang itinatanim. Ang mga ito ay palay, abaka, niyog, at tubo. Kung tag-init naman ay nagtatanim sila ng mga pananim na hindi masyadong nangangailangan ng tubig, tulad ng monggo, singkamas, pakwan, upo, patola, kamatis, at kalabasa. Ang kapatagan ay matatagpuan sa mga lalawigan sa Rehiyon ng Bicol, Quezon, at iba pang bahagi ng Gitnang Luzon, tulad ng Pampanga.

Karaniwang makikita ang mga palayan at taniman sa kagubatan, lambak, at sa gilid ng bundok. Ang mga lalawigan, tulad ng Bulacan, Pampanga, Tarlac, Nueva Ecija, Pangasinan, Cotabato, Camarines Sur, at Iloilo ay mayroong malalawak na taniman ng palay.

Ang malalawak na taniman naman ng tabako ay matatagpuan sa Ilocos, Lambak ng Cagayan, Sorsogon, Davao, at Albay.

Ang mga tubuhan naman ay matatagpuan sa kapatagan ng Laguna, Negros Occidental, Tarlac, at Batangas. Dito rin nanggagaling ang asukal na iniluluwas natin sa ibang bansa.

Sa Lambak ng Cagayan at Trinidad naman matatagpuan ang maraming taniman ng gulay. Ito ay tinaguriang *"Salad Bowl of the Philippines."* Marami ring taniman ng gulay sa Batangas at Cavite.

Sa mga lalawigan ng Albay, Davao, Quezon, Samar, at Bohol matatagpuan ang maraming taniman ng niyog. Sa ilalim ng mga niyugan

第七课 谋生方式与自然环境的关系
Aralin 7 Ang Kaugnayan ng Uri ng Hanapbuhay ng mga Mamamayan sa Katangiang Pisikal ng Bansa

ay matatagpuan ang mga mabababang pananim. Ito ay tinatawag na *intercropping*. Ginagawa ito upang magkaroon ng iba pang aanihin habang naghihintay sa pag-aani ng mga niyog.

Ang mga taong naninirahan sa baybayin o malapit sa ibang anyo ng tubig, tulad ng lawa, ilog, look, at golpo ay karaniwang mga mangingisda o maninisid ng perlas at korales. Ang mga taong malapit sa talon na dinarayo ng mga turista ay kumikita naman sa pamamagitan ng pagiging bangkero. Mahal ang ibinabayad ng mga dayuhan sa bangkero na naghahatid-sundo sa kanila.

Ang mga taong naninirahan sa tabi ng kabundukan ay karaniwang nagtotroso, nangangahoy, nangangaso, at minero. Ang **magtotroso** ay pumuputol ng malalaking kahoy upang gawing troso na nagagamit sa paggawa ng tabla na siyang kailangan sa paggawa ng kabinet, mesa, silya, dingding, at iba pang bahagi ng bahay.

Ang **mangangahoy** naman ay kumukuha ng mga putol na kahoy upang gawing panggatong.

Ang **mangangaso** ay nanghuhuli ng mga mababangis na hayop sa gubat. Sa ngayon ay ipinagbabawal na ang pangangaso dahil sa mabilis na pagkaubos ng mga hayop.

Ang mga **minero** naman ay mga taong nagmimina o naghuhukay ng mga mineral, tulad ng karbon, tanso, pilak, ginto, at langis.

Ang mga tao sa siyudad ay karaniwang nagtatrabaho bilang **empleyado** sa mga tanggapan o opisina. Ang iba naman ay bilang **manggagawa** sa mga pabrika o pamunuan. Ang iba naman ay manggagawa sa mga itinatayong gusali.

May dalawang uri ng mga tao na nagbibigay ng paglilingkod sa mga mamamayan. May mga propesyonal tulad ng doktor, nars, guro, dentista, abogado, inhinyero, tagatuos, arkitekto, at marami pang iba. Ang mga ito ay nakapagtapos sa mataas na paaralan o kolehiyo. Mayroon namang mga sanay na manggagawa o *skilled workers*, tulad ng mga tubero, mekaniko, mananahi, bumbero, manikurista, sapatero, at marami pang iba. Ang mga ito ay nagsasanay at natuto lang sa kanilang sariling karanasan sa pagtatrabaho.

Dapat nating gawin ang apat na "R" ng pangangalaga sa kalikasan.

R—reduce. Ang ibig sabihin nito ay magbawas o magtipid sa paggamit ng mga bagay na galing sa kalikasan. Karamihan sa mga gamit sa paaralan gaya ng papel, lapis, aklat, mesa, upuan, pisara, at marami pang iba ay galing sa puno sa kagubatan. Dapat nating tipirin ang mga ito upang hindi kaagad maubos ang mga punong pinagkukunan.

R—reuse. Ang ibig sabihin ay gamiting muli ang mga bagay na maaari pang gamitin upang hindi ito itapon kaagad. Ang mga lumang gamit ay maaaring gamiting muli. Gaya ng mga papel na wala pang sulat ang likod, ang mga ito ay maaaring gamitin bilang pabalat at scratch na papel sa mga paaralan.

R—recycle. Ang ibig sabihin ay gamitin ito sa paggawa ng bagong bagay na maaari pang pakinabangan. Ang halimbawa nito ay ang mga bagay na patapon na, gaya ng mga lata ng gatas. Sa mga lalawigan, ang mga ito ay ginagawang taniman ng mga halaman. Tuwing Pasko naman ay may mga parol na yari sa tansan, karton, at mga makukulay na dyaryo. Ang dyaryo ay isa sa mga papel na ginagawang mga recycled paper. Ang iba ay ginagawang magagandang stationery at paper bags.

R—refuse. Ang ibig sabihin ay tanggihan ang mga bagay na makasisira sa kalikasan, gaya ng mga bagay na hindi nabubulok sa paglipas ng mahabang panahon (non-biodegradable materials o container). Ang *styrofoam*, basong plastik, at mga bote ay halimbawa ng mga bagay na hindi nabubulok.

第七课　谋生方式与自然环境的关系

Aralin 7　Ang Kaugnayan ng Uri ng Hanapbuhay ng mga Mamamayan sa Katangiang Pisikal ng Bansa

二　对话　Usapan①

周六在Billy家里。

B: Billy　C: Connor

C: Billy, ako ang maglilinis ng bahay. Ikaw ang magluto.

B: Tayong dalawa ang maglinis ng bahay. Pagkatapos tulungan mo akong magluto.

C: Mabuting ideya iyan, Billy.

B: Ako ang magliligpit ng mga higaan at maglilinis ng mga silid-tulugan.

C: Ako ang magpupunas ng mga kasangkapan. Ako ang maglilinis ng sala, komedor, kusina, at banyo.

B: Magwawalis ako at maglalampaso ng lapag.

C: Pagkalinis, magluto na tayo. Ikaw ang magsaing. Ako ang magluluto ng ulam.

B: Tutulungan kitang magluto ng ulam.

---

① *Let's Converse in Filipino*, p.136.

C: Maghiwa ka ng kamatis at sibuyas. Magtalop ka ng patatas. Magdikdik ka ng bawang.

B: Kayang-kaya kong gawin iyan.

C: Mabuti. Mag-umpisa na tayong maglinis.

三　单词表　Talasalitaan

maghapon	整天 (r.w. hapon)
nakayuko	弯腰，鞠躬 (r.w. yuko)
bisig	膀子，前臂
namamanhid	麻木的，麻痹的 (r.w. manhid)
baywang	腰
nangangawit	（因疲劳而）麻木的 (r.w. ngawit)
binti	腿
namimitig	刺痛的，麻刺感的 (r.w. bitig)
pagkababad	浸泡 (r.w. babad)
kaliyag	亲爱的人 (r.w. liyag)
unat-unat	伸展，拉伸 (r.w. unat)
magpanibago	重新振作 (r.w. bago)
nag-uumpisa	开始 (r.w. umpisa)
punla	秧苗
tagtuyot	旱季 (r.w. tuyot)
iniaangkop	调整，使适应 (r.w. angkop)
pamumuhay	生计，谋生 (r.w. buhay)
iniiba	改变 (r.w. iba)
monggo	绿豆
singkamas	芜菁甘蓝，大头菜
pakwan	西瓜

第七课 谋生方式与自然环境的关系
Aralin 7　Ang Kaugnayan ng Uri ng Hanapbuhay ng mga Mamamayan sa Katangiang Pisikal ng Bansa

二　对话　Usapan①

周六在Billy家里。

B: Billy　C: Connor

C: Billy, ako ang maglilinis ng bahay. Ikaw ang magluto.

B: Tayong dalawa ang maglinis ng bahay. Pagkatapos tulungan mo akong magluto.

C: Mabuting ideya iyan, Billy.

B: Ako ang magliligpit ng mga higaan at maglilinis ng mga silid-tulugan.

C: Ako ang magpupunas ng mga kasangkapan. Ako ang maglilinis ng sala, komedor, kusina, at banyo.

B: Magwawalis ako at maglalampaso ng lapag.

C: Pagkalinis, magluto na tayo. Ikaw ang magsaing. Ako ang magluluto ng ulam.

B: Tutulungan kitang magluto ng ulam.

---

① *Let's Converse in Filipino*, p.136.

C: Maghiwa ka ng kamatis at sibuyas. Magtalop ka ng patatas. Magdikdik ka ng bawang.

B: Kayang-kaya kong gawin iyan.

C: Mabuti. Mag-umpisa na tayong maglinis.

三 单词表 Talasalitaan

maghapon	整天 (r.w. hapon)
nakayuko	弯腰，鞠躬 (r.w. yuko)
bisig	膀子，前臂
namamanhid	麻木的，麻痹 (r.w. manhid)
baywang	腰
nangangawit	（因疲劳而）麻木的 (r.w. ngawit)
binti	腿
namimitig	刺痛的，麻刺感的 (r.w. bitig)
pagkababad	浸泡 (r.w. babad)
kaliyag	亲爱的人 (r.w. liyag)
unat-unat	伸展，拉伸 (r.w. unat)
magpanibago	重新振作 (r.w. bago)
nag-uumpisa	开始 (r.w. umpisa)
punla	秧苗
tagtuyot	旱季 (r.w. tuyot)
iniaangkop	调整，使适应 (r.w. angkop)
pamumuhay	生计，谋生 (r.w. buhay)
iniiba	改变 (r.w. iba)
monggo	绿豆
singkamas	芜菁甘蓝，大头菜
pakwan	西瓜

第七课　谋生方式与自然环境的关系
Aralin 7　Ang Kaugnayan ng Uri ng Hanapbuhay ng mga Mamamayan sa Katangiang Pisikal ng Bansa

upo	葫芦
iniluluwas	出口 (r.w. luwas)
magtotroso	伐木工 (r.w. troso)
tabla	木板
mangangahoy	砍柴工 (r.w. kahoy)
panggatong	燃料 (r.w. gatong)
mangangaso	猎人 (r.w. aso)
mababangis	凶猛的，野蛮的 (r.w. bangis)
pagkaubos	消耗殆尽 (r.w. ubos)
minero	矿工
pumuputol	砍伐 (r.w. putol)
empleyado	雇员 (Sp. emplead)
pabrika	工厂 (Sp. fabrica)
pamunuan	厂，部 (r.w. puno)
tagatuos	会计 (r.w. tuos)
bumbero	消防员
manikurista	美甲师 (Sp. manicurista)
magbawas	减少 (r.w. bawas)
magtipid	节约，节省 (r.w. tipid)
pabalat	包装纸，书皮 (r.w. balat)
parol	灯笼
karton	硬纸板
tanggihan	拒绝，否认 (r.w. tanggi)
nabubulok	腐烂的 (r.w. bulok)
paglipas	流逝 (r.w. lipas)
ideya	主意，想法 (Eng. idea)
magliligpit	将东西有序地摆放 (r.w. ligpit)
magpapalis	拂、掸、扫、刷 (r.w. palis)

sala	客厅 (Sp. sala)
komedor	餐厅 (Sp. comedor)
maglalampaso	拖地 (r.w. lampaso)
lapag	地板
magsaing	煮饭 (r.w. saing)
maghiwa	切片 (r.w. hiwa)
magtalop	削皮 (r.w. talop)
magdikdik	捣碎 (r.w. dikdik)

四 注释 Tala

课文注释

1. Malaki ang kaugnayan ng kapaligiran ng isang pamayanan sa mga gawaing pangkabuhayan ng mga taong naninirahan dito.

    (1) kaugnayan，关系，关联，词根ugnay，和下文的kinalaman为同义词。

    例句：Wala akong kaugnayan (kinalaman) sa kompanyang iyon.

    (2) naninirahan，居住，词根tira，动词形式还有tumira等。

    例句：Ang kanyang pamilya ay naninirahan (tumitira) sa Maynila sa loob ng sampung taon.

2. Dito rin nanggagaling ang asukal na iniluluwas natin sa ibang bansa. iniluluwas，出口，词根luwas，主动形式lumuwas，为"进城"之意。

    例句：Iniluluwas nila ang maraming arina sa ibang bansa.

      Lumuwas ka sa Maynila bukas at ibili mo ako ng librong iyan.

3. Ang ibig sabihin ay gamitin ito sa paggawa ng bagong bagay na maaari pang pakinabangan.

    pakinabangan，被利用，被开发，能给……带有利益。词根pakinabang，意为"利润，收益"。

第七课 谋生方式与自然环境的关系
Aralin 7 Ang Kaugnayan ng Uri ng Hanapbuhay ng mga Mamamayan sa Katangiang Pisikal ng Bansa

例句：Ang salapi ay hindi mo pakikinabangan pagkamatay mo.

Pinakikinabangan ng pamahalaan ang ating mga likas na kayamanan.

对话注释

1. Ikaw ang magsaing. Ako ang magluluto ng ulam.

magsaing意思为"煮饭"，词根为saing。magsaing特指"煮米饭"，而magluto则是泛指的煮饭烧菜。

五　语法　Balarila

paki-/maki-的用法与表达请求

1. paki-和maki-是动词前缀，用于表达请求的意思。paki-动词是被动语态，以受动者作为主语。maki-动词是主动语态，以施动者为主语。

下面以词根kuha为例来说明paki-和maki-动词的变化形式：

不定式	makikuha	pakikuha
祈使式	makikuha	pakikuha
过去式	nakikuha	pinakikuha
现在式	nakikikuha	pinakikikuha
将来式	makikikuha	pakikikuha

虽然这两个词缀可以有各种变化，但是人们通常都用祈使式，而且paki-动词比maki-更为常用。

例句：**Pakikuha** mo ang aking baro.

Pakisabi mo sa kanya ang tungkol sa bagay na iyon.

2. 还有一种不使用paki-/maki来表达请求的方法，那就是使用maaari 和puwede。

例句：**Maaari** mo **bang** kunin ang aking baro?

Maaari mo **bang** basahin ang kuwento?

Puwede mo **bang** bagalan ang iyong pagsasalita?

Puwede mo **ba** akong turuan ng Filipino?

六 练习 Pangkasanayan

1. 课文练习

找出下表中包含的七种职业的单词。

I	O	R	S	A	M	I	N	E	R	O	L	O
S	L	A	T	I	A	S	B	K	D	G	M	S
M	A	N	G	A	N	G	A	L	A	K	A	L
A	B	K	D	E	G	H	I	M	N	G	O	P
G	O	I	N	H	I	N	Y	E	R	O	S	I
S	R	W	Q	R	N	O	G	L	A	T	U	N
A	G	I	M	A	G	T	O	T	R	O	S	O
S	R	A	G	M	I	R	S	O	X	H	L	P
A	G	S	O	X	S	A	P	A	T	E	R	O
K	L	I	N	R	D	O	S	T	M	I	Q	T
A	R	G	O	S	A	D	I	H	U	G	I	S

2. 语法练习

请将下列句子翻译为汉语，并体会其中表达请求的语气。

(1) Puwede bang huwag na kayong maghigpit?

(2) Maaari po bang humingi pa ng gatas?

(3) Pakibasa ang mga pangungusap sa ibaba tungkol sa mga bilang ng mga nanampalataya.

第七课 谋生方式与自然环境的关系

Aralin 7　Ang Kaugnayan ng Uri ng Hanapbuhay ng mga Mamamayan sa Katangiang Pisikal ng Bansa

(4) Puwede ba pong makihugas ng kamay?

3. 口语练习

奶奶一边缝衣服一边和Maria聊天。①

L: Lola　M: Maria

M: Lola, turuan ninyo akong magsulsi ng damit.

L: Oo, Maria. Lumapit ka rito at tingnan mo ang ginagawa ko.

M: Lola, gusto kong matutuhang lahat ang mga gawaing-bahay.

L: Mabuti naman, Maria. Dapat matutong maglinis, magluto, manahi, at maglaba ng damit ang mga babae.

M: Gusto kong maglinis, magluto, at manahi. Ayokong maglaba ng damit.

L: Hindi lilinis ang maruruming damit kung hindi lalabhan.

M: Pinanonood ko ang labandera natin. Sinasabon niya ang maruruming damit. Pagkatapos, ikinukula niya sa araw. Pagkatapos, binabanlawan niya ng tatlong ulit. Isinasampay niya. Kinukuha niya ang mga damit sa sampayan kung tuyo na. Pagkatapos, pinaplantsa niya.

L: Interesado ka ring matuto, Maria. Nag-oobserba ka sa ginagawa ng labandera. Tuturuan din kitang maglaba.

M: Palagay ko nga, kailangan kong mag-aral maglaba ng damit.

---

① *Let's Converse in Filipino*, pp.137-138.

七 课后阅读 Gawain sa Bahay[1]

Iyon ang Sabi

Isang tsuper ng taksi si Tibo. Masipag, masaya, at palabiro siya. Madalas na pinasosobrahan ng mga pasahero ang bayad sa kanya dahil dito.

May inihatid siyang pasahero sa piyer isang tanghali. Maraming dala-dalahan ang pasahero. Habang daan, kuwento nang kuwento si Tibo. Tuwang-tuwa naman ang pasahero. Panay ang tawa nito.

"Alam ninyo, matagal na rin akong tsuper ng taksi kaya huwag kayong matakot na baka madisgrasya tayo," sabi ni Tibo.

"Ang ibig mong sabihin, hindi ka pa nadidisgrasya kahit kailan? Wala ka pa ring nasasagasaan?" tanong ng pasahero.

"Naku, wala ho. Maingat ho ako," ani Tibo.

"Tila nga. Napansin kong maingat kang magpatakbo."

Nakarating nga sa piyer nang ligtas ang pasahero. Ipinarada ni Tibo sa isang tabi ang taksi.

"Tulungan mo akong magbaba ng aking dala-dalahan," anang pasahero.

"Oho," sagot agad ni Tibo at bumaba siya ng taksi. Binuksan niya ang lalagyan ng mga dala-dalahan sa likod ng taksi at isa-isang binuhat ang mga iyon. Nagpasalamat ang pasahero at binigyan siya ng labis na bayad.

Muling sumakay ng taksi si Tibo. Pinaandar niya ang sasakyan.

---

[1] *Alpabeto ng Balarila 4*, pp.247-248.

Aralin 7 Ang Kaugnayan ng Uri ng Hanapbuhay ng mga Mamamayan sa Katangiang Pisikal ng Bansa

Biglang nagsigawan ang mga tao. May nabangga ang kanyang taksi. Kinabahan si Tibo. Pinahinto niya agad ang sasakyan. Mabilis siyang bumaba ng taksi upang tingnan kung ano ang nangyari sa nasagasaan niya. "Baka patay," sabi niya nang makitang nakapaligid na roon ang mga tao.

Nakipagsiksikan sa maraming tao si Tibo. At ano ang kanyang nakita? Nagkalasug-lasog. Nadurog lahat. Walang natirang buo sa mga kaimitong laman ng basket na nasagasaan.

"Bakit sa harap ng taksi ninyo inilagay ang basket?" tanong ni Tibo sa may-ari na bagong dating lamang mula sa probinsiya.

"Paano, malilim diyan. Ayaw kong mainitan at baka mabulok."

Muntik nang matumba si Tibo.

第八课　从外国人那里学到的独特风俗和态度

Aralin 8　Ang mga Katangi-tanging Kaugalian at Saloobing Natutunan Natin sa mga Dayuhan

一　课文　Testo[①]

　　Nang magtungo sa ating bansa ang mga dayuhan, nag-iwan sila sa atin ng katangi-tanging ugali at saloobin na ating pinagyaman.

Pananampalataya sa Panginoon

　　Katolisismo ang dalang relihiyon ng mga Español sa ating bansa. Dahil dito naging Katoliko ang karamihan sa mga Pilipino. Relihiyong Protestante ang dinala ng mga Amerikano. Islam naman ang pamana sa atin ng mga Arabe at Malay.

　　Ang matibay na pananampalataya sa Panginoon ang siyang pinakamahalagang ugaling namana natin sa ating mga ninuno. Ito ay naipakikita natin sa pagsasamba at paggawa ng kabutihan sa kapwa. Tuwing Linggo o anumang araw ng pangilin ang mga mag-anak na Pilipino ay nagsisimba. Marami at iba-iba ang mga relihiyon ng mga

---

① 选编自 *Pilipinas: Bayan Ko 3*, pp.123-128.

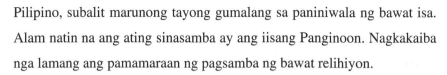

Aralin 8 Ang mga Katangi-tanging Kaugalian at Saloobing Natutunan Natin sa mga Dayuhan

Pilipino, subalit marunong tayong gumalang sa paniniwala ng bawat isa. Alam natin na ang ating sinasamba ay ang iisang Panginoon. Nagkakaiba nga lamang ang pamamaraan ng pagsamba ng bawat relihiyon.

Ang pagdarasal ay ginagawa natin upang sumamba, humingi ng tulong, magpasalamat sa mga biyayang nakamit, at para humingi ng kapatawaran sa mga nagawang kasalanan.

Matibay na Pagkakabuklod ng Pamilya

Ang matatag na paniniwala sa Panginoon ay nagbibigay tibay sa pagkakabuklod ng pamilya. Kahit may sariling pamilya na, ang mga anak, hindi pa rin sila nakalilimot na dumalaw o pumasyal sa mga magulang. Ang mga magkamag-anak ay nagkakasama tuwing Pasko, Bagong Taon, at iba pang okasyon. Kapag may namatay na kapamilya, lahat ay nagtutulungan para malutas ang anumang problema sa pagpapaburol o pagpapalibing.

Sa Islam "lahat ng Muslim ay magkakapatid." Lahat ay dapat gumawa ng kabutihan para sa kanya at para sa kanyang kapwa, at lahat ay nilikha ni Allah. Ang pamilya ang pundasyon ng lipunan, kaya't kailangang maging matibay ito.

Pagpapahalaga sa Edukasyon

Isa pa sa magandang ugali ng mga Pilipino ay ang malaking pagpapahalaga sa edukasyon. Ang ating mga magulang ay nagsisikap upang tayo'y makapag-aral sa magandang paaralan at makapagtapos ng kurso sa kolehiyo. Masaya silang makita na ang kanilang mga anak ay may mataas na pinag-aralan. Naniniwala silang ang edukasyon ay susi sa pagkakaroon ng maunlad na pamumuhay.

Ang mga Amerikano ay nagpamulat sa atin ng kaugaliang ito.

Nakikita natin na ginagawa ng ating mga magulang ang lahat para maitaguyod lang ang ating pag-aaral. Alam nila na ang edukasyon ay susi ng pag-unlad ng sarili at ng bayan.

Mahalaga ang edukasyon sa mga Muslim. Nakasulat sa Qur'an, ang banal na aklat ng Islam, na ang "Muslim ay dapat na mag-aral mula kapanganakan hanggang sa libingan."

Masikap at Matiyaga sa Hanapbuhay

Itinuro ng mga Amerikano at Tsino sa ating mga ninuno na ang pag-unlad ng isang mamamayan ay nasa pagsisikap, pagtitiyaga, at pagpapahalaga sa hanapbuhay at paggawa. Dapat hangarin ng isang naghahanapbuhay na mapabuti ang pamamaraan sa paggawa o pag-nenegosyo para lumago at gumanda ang pamumuhay ng sarili at ng bansa. Dapat na mahalin ang anumang marangal na hanapbuhay.

Pagiging Magalang

Mga Tsino ang nagpausbong ng pagiging magalang natin sa mga nakatatanda sa atin. Ang pagtawag natin ng ate, sanse, at ditse sa ating nakatatandang kapatid na babae ay mula sa mga Tsino. Ang paggamit ng po, opo, ho, at oho sa pakikipag-usap ay tanda ng pagiging magalang ng mga Pilipino.

Itinuro sa mga Muslim ang pagiging magalang sa nakatatanda at maalalahanin sa mga bata.

Pagiging Matulungin at Maalalahanin

Ang "bayanihan" ay pamana ng ating mga ninuno. Ito ang pagtulong nang walang inaasahang kapalit o kabayaran. Kapag may okasyon, nagtutulungan sa paghahanda at pagluluto ng mga pagkain. Ginagawa

第八课 从外国人那里学到的独特风俗和态度

Aralin 8 Ang mga Katangi-tanging Kaugalian at Saloobing Natutunan Natin sa mga Dayuhan

ang lahat ng makakaya upang matulungan ang mga taong humihingi nito sa panahon ng kagipitan.

Pagkawili sa Sining

　　Naipamana sa atin ng mga dayuhan ang pagkawili sa sining. Nawili ang mga Pilipino sa pagsayaw, pag-arte, at pagkanta sa tanghalan. Naging mahilig din sa pagguhit ng larawan, paglikha ng eskultura, at ng musika. Maraming Pilipino ang umani ng tagumpay sa buong mundo sa angkin nilang talino sa sining. Si Lea Salonga ang isa sa mga nagbigay ng karangalan sa ating bansa sa larangan ng musika at pag-arte sa entablado.

　　Sa mga Pilipinong Muslim at Lumad ay may kanya-kanyang sayaw, arte, at awit na hanggang ngayon ay makikita pa rin.

二 对话　Usapan[①]

Taylor参加了好朋友Norah的生日宴会。

T: Taylor　　N: Norah

T: Maligayang kaarawan, Norah. Tanggapin mo ang handog ko sa iyo.

N: Salamat, Taylor.

T: Walang anuman.

N: Bakit hindi mo kasama si Amy?

T: May sakit siya.

N: Naku, sayang! Kasama sana natin siyang magsasaya ngayon. Malala ba ang sakit niya?

T: Hindi na ngayon. Isang linggo na siyang nilalagnat at inuubo.

---

① *Let's Converse in Filipino*, p.4.

Nagpapagaling na siya ngayon.

N: Mabuti naman. Dadalawin ko siya bukas.

T: Ipinadala ni Amy sa akin ang regalo niya sa kaarawan mo. Heto, o.

N: Maraming-maraming salamat, Taylor.

T: Walang anuman.

三 单词表 Talasalitaan

saloobin	态度 (r.w. loob)
Katolisismo	天主教 (Sp. Catolicismo)
pananampalataya	信仰 (r.w. sampalataya)
magpasalamat	感谢 (r.w. salamat)
kapatawaran	宽恕，原谅 (r.w. tawad)
kasalanan	罪 (r.w. sala)
pagkakabuklod	团结 (r.w. buklod)
pundasyon	基础 (Sp. fundacion)
nagpamulat	打开，开化 (r.w. mulat)
maitaguyod	支持 (r.w. taguyod)
hangarin	追求，渴望 (r.w. hangad)
lumago	发展，繁荣 (r.w. lago)
marangal	光荣的，高尚的 (r.w. dangal)
sanse	三姐
ditse	二姐
bayanihan	助人为乐，互帮互助 (r.w. bayani)

第八课　从外国人那里学到的独特风俗和态度
Aralin 8　Ang mga Katangi-tanging Kaugalian at Saloobing Natutunan Natin sa mga Dayuhan

kagipitan	窘迫，危机，紧急 (r.w. gipit)
pagkawili	爱好 (r.w. wili)
tanghalan	展览，表演 (r.w. tanghal)
entablado	舞台 (Sp. entablado)
handog	礼物
malala	严重 (r.w. lala)
nagpapagaling	康复 (r.w. galing)

四　注释　Tala

课文注释

1. Ang matatag na paniniwala sa Panginoon ang nagbibigay tibay sa pagkakabuklod ng pamilya.

    pagkakabuklod的词根是buklod，意为"桶或篮子周边加固的环"。pagkakabuklod译为"团结"，同pagkakaisa。

    例句：Tanda ito ng pagkakabuklod ng mga pamangkin.

2. Ang mga Amerikano ay nagpamulat sa atin ng kaugaliang ito.

    nagpamulat原型为magpamulat，被动形式为pamulatan。其词根为mulat，形容词，意为"（眼界）开阔的，受教育的"。magpamulat意思是"使……开化"。

    例句：Marami akong natutunan sa Maynila na nagpamulat sa akin sa kalakaran ng buhay.

3. Ginagawa ang lahat ng makakaya upang matulungan ang mga taong humihingi nito sa panahon ng kagipitan.

    kagipitan的词根为gipit，意为"困难的、严峻的、使人忧虑的"。kagipitan的意思是"困境，需要帮助的情形"。如araw ng kagipitan，是固定用法，同araw ng pangangailangan，意为"（未来可能会出现的）困苦日子，不时之需"。

例句：Mag-impok kayo para sa araw ng kagipitan (pangangailangan). Dapat nating tulungan ang ating mga kaibigan sa panahon ng kagipitan.

对话注释

1. Isang linggo siyang may lagnat at ubo. Nagpapagaling na siya ngayon.

   (1) lagnat意思为"发烧"，ubo意思为"咳嗽"，菲律宾语中表示身体不适一般使用may sakit sa，如may sakit sa ulo（头痛），may sakit sa tiyan（肚子痛），还有常见的疾病如sipon（感冒）等。

   (2) nagpapagaling的词根为galing，意思是"好的、优秀的"，使用magpa-表示"恢复健康"或者"治愈"。

   例句：Sino ang nagpagaling sa bata?

五 语法 Balarila[①]

以-ng结尾的词缀与词根结合时的特殊变化

以-ng结尾的词缀有mang-，pang-，ipang-，maipang-，makapang-，mapang-，sing-，kasing-等。它们和词根结合时的特殊变法主要有下面两种：

1. 改变-ng的形式，词根不变。

   (1) 词根以p/b开头时，-ng变为-m，词根不变。

   例：mambola (mang+bola); pampainit (pang+pa+init); ipambato (ipang+bato)。

---

① 参考 Galileo S. Zafra *Gabay sa Editing sa Wikang Filipino*, Unibersidad ng Pilipinas, 2004, pp.1-5.

第八课 从外国人那里学到的独特风俗和态度

Aralin 8 Ang mga Katangi-tanging Kaugalian at Saloobing Natutunan Natin sa mga Dayuhan

(2) 词根以d/l/r/s /t开头时，-ng变为-n，词根不变。

例：pantao (pang+tao)；ipandugtong (ipang+dugtong)；

manloko (mang+loko)；sinrelihiyoso (sing+relihiyoso)；

kasinsagasig (kasing+sagasig)。

2. 改变-ng的形式，同时也要改变词根的形式。

(1) 词根以p/b开头时，-ng变为-m，词根的p/b去掉。

(2) 词根以t/d/s开头时，-ng变为-n，词根的t/d/s去掉。

例：

词缀	p	b	t	d	s
mang-	mamuksa (mang+puksa)	mamigay (+bigay)	manahimik (+tahimik)	manaig (+daig)	manalamin (+salamin)
pang-	pamunas (pang+punas)	pamundok (+bundok)	panali (+tali)	panalangin (+dalangin)	panira (+sira)
ipang-	ipamahid (ipang+pahid)	ipamalita (+balita)	ipanaklob (+saklob)	iparamdam (+damdam)	ipanabong (+sabong)
maipang-	maipamahagi (maipang+bahagi)	maipamili (+bili)	maipanakot (+takot)	maipanuldol (+duldol)	maipanukli (+sukli)
makapang-	makapamahagi (makapang+bahagi)	makapamingwit (+bingwit)	makapananghali (+tanghali)	makapanalangin (+dalangin)	makapanakit (+sakit)
mapang-	mapamintas (mapang+pintas)	mapamunga (+bunga)	mapanukso (+tukso)	mapanungaw (+dungaw)	mapanulsol (+sulsol)

六 练习 Pangkasanayan

选出最能表达题干意思的答案

(1) Binibigyan ng pabuya ang tumulong sa kanya.

　　a. Magalang

　　b. Pagtanaw ng utang-na-loob

　　c. Pagpapahalaga sa edukasyon

(2) Ipinagtanggol ng ating mga bayani ang ating kalayaan.

　　a. Malugod na bisita

　　b. Makabayan

　　c. Magalang

(3) Nakangiting pinatuloy at pinaupo ang kaibigang dumalaw sa bahay.

　　a. Magalang

　　b. Mapagmahal sa sining

　　c. Malugod sa bisita

(4) Madalas na dinadalaw ang kanilang mga lolo at lola.

　　a. Matapang

　　b. Matibay-na-buklod ng pamilya

　　c. Magalang

(5) Ginagalang ang ibang paniniwala sa relihiyon.

　　a. Pagpapahalaga sa karapatan ng tao

　　b. Magalang

　　c. Maka-Diyos

(6) Handang ibigay ang sarili sa kabutihan ng bansa.

　　a. Matapang

　　b. Makabayan

　　c. Maka-Diyos

(7) Pagsimba ng pamilya tuwing araw ng pagsasamba.

   a. Makabayan

   b. Magalang

   c. Maka-Diyos

(8) Pagtawag ng kuya at ate sa nakatatandang kapatid.

   a. Maginoo

   b. Magalang

   c. Matiyaga

(9) Tinatapos ang sinimulang gawain.

   a. Masipag

   b. Pagtanaw ng utang-na-loob

   c. Magalang

(10) Umaalalay sa maysakit.

   a. Masikap

   b. Matulungin

   c. Malugod sa bisita

七 课后阅读   Gawain sa Bahay[1]

Ang Unang Araw sa Eskuwela

Nasa ikaapat na baitang na ako ngayon ngunit tandang-tanda ko pa noong pitong taon pa lamang ako at unang ipasok sa eskuwelahan.

Tanong ako nang tanong sa aking ina. "Malapit na po ba akong pumasok sa eskuwelahan gaya ni Ate Nita?"

"Sa pasukan. Ipinalista na kita," sabi ng aking ina.

---

[1] *Alpabeto ng Balarila 4*, pp.255-257.

Naglulundag ako sa tuwa nang sabihin ito ng aking ina. Ibig ko nang pumasok. Naiinggit ako sa mga batang pumapasok araw-araw, may dalang mga bag, at nakauniporme.

Ibig na ibig ko nang pumasok at hintay ako nang hintay sa pagbubukas ng eskuwelahan. Araw-araw, tinitingnan ko ang kalendaryo.

Nang dalawang linggo na lamang bago magpasukan, ibinili na ako ng aking ina ng uniporme at mga kagamitan.

Wala akong malamang gawin sa aking bag. Pinagtatawanan tuloy ako ng aking mga magulang at kapatid.

"Ilang araw pa? Ilang araw pa ba bago magpasukan? Ang tagal naman! Inip na inip na akong talaga."

"Malapit na. Pasukan na sa Lunes!" sagot ng aking ina.

Hindi ako nakatulog kinalingguhan ng gabi dahil sa kasabikan. Nauna pa akong bumangon sa lahat ng tao sa bahay. Nagbihis na ako. Halos hindi ako nakakain ng almusal. Ibig kong liparin na ang eskuwelahan. Bitbit ko ang bag at lumakad na kaming mag-ina. Mayabang na mayabang ako pagkat papasok na ako sa eskuwelahan katulad ng ibang bata. Malaki na ako.

Marami nang bata sa eskuwelahan nang dumating kami. May mga batang malalaki at may maliliit na katulad ko. May naghahabulan, may nagkukuwentuhan, may naglalaro, at may umiiyak. Kumapit akong mabuti sa damit ng aking ina. Nataranta ako sa dami ng mga bata.

Mayamaya, tumugtog na ang kampana, hudyat ng pag-uumpisa ng klase.

"Tayo na," sabi ng aking ina at lumakad na kami patungo sa pila ng ibang bata. "Isasama kita sa pila ha? Pagkatapos, uuwi na ako. Ang titser mo na ang bahala sa iyo."

Nang marinig kong iiwan ako ng aking ina, umiyak ako nang

Aralin 8 Ang mga Katangi-tanging Kaugalian at Saloobing Natutunan Natin sa mga Dayuhan

malakas. Alam ba ninyo ang nangyari? Binantayan ako ng aking ina sa buong umaga.

Norah看望生病的Amy，并带给她一篮水果。①

N: Norah   A: Amy

N: Kumusta na ang pakiramdam mo, Amy?

A: Mabuti-buti na. Salamat.

N: Dinalhan kita ng mga prutas.

A: Maraming salamat. Pasensiya ka na, hindi ako nakadalo sa kaarawan mo.

N: Alam ko namang may sakit ka. Sinabi sa akin ni Taylor. Ibinigay niya sa akin ang regalo mo. Hindi ka na sana nag-abala. Maiintindihan ko naman. Pero maraming salamat, Amy. Nagustuhan kong talaga ang regalo mong blusa. Asul ang paborito kong kulay.

A: Walang anuman. Mabuti't nagustuhan mo ang regalo ko.

N: Sige, aalis na ako. Magpagaling kang mabuti. Dadalawin kitang muli. Hanggang sa muli, Amy.

A: Hanggang sa muli, Norah.

---

① *Let's Converse in Filipino*, p.5.

第九课　人口的快速增长
Aralin 9　Ang Mabilis na Paglaki ng Populasyon

一　课文　Testo[①]

Ang Populasyon

　　Ang mga mamamayan at mga dayuhang naninirahan sa Pilipinas ay bumubuo ng populasyon ng bansa. Ang **populasyon** ay tumutukoy sa bilang ng mga taong naninirahan sa isang pook. Ang pag-aaral ng populasyon ay nagsasabi tungkol sa mga katangian ng mga tao tulad ng kanilang gulang, laki, relihiyon, hanapbuhay at kalagayang pangkabuhayan. Ito ay nagsasabi rin ng bilang ng mga tao sa isang pook sa nakaraan, sa kasalukuyan, at ang inaasahang bilang sa hinaharap.

---

① 选编自 *Pilipinas: Bayan Ko 3*, pp.235-241.

第九课 人口的快速增长
Aralin 9 Ang Mabilis na Paglaki ng Populasyon

Hindi magkatulad ang populasyon ng mga pook. Malaki ang populasyon ng pook kung marami ang naninirahan dito. Maliit ang populasyon nito kung kaunti lang ang naninirahan. Kung malaki ang populasyon ng isang maliit na pook, ang mga bahay ay siksikan. Kung maliit ang populasyon ng isang malaking pook, ang mga tahanan ay kalat-kalat.

Epekto ng Paglaki ng Populasyon

Nagiging mahirap ang pamumuhay kapag lumalaki ang populasyon. Dahil sa sobrang bilis ng paglaki ng populasyon hindi gaanong napauunlad ang kanilang yamang tao. Marami sa mga mamamayan ay walang trabaho. Marami rin ang hindi nakapag-aaral. May namamatay dahil sa mahinang pangangatawan at kakulangan ng pagkain. Hindi nabibigyan ng sapat na pagkain ang mga mamamayan. Hindi nabibigyan ng sapat na paglilingkod ng pamahalaan ang mga mamamayan dahil sa labis na dami ng mga tao.

Ang Pilipinas ay malaki na rin ang populasyon. Ang mahigit 100 milyong mga tao ay marami na para sa sukat ng lupain ng Pilipinas. Ang patuloy na paglaki nito ay nakaaapekto sa pag-unlad ng bansa.

Suliraning Dulot ng Paglaki ng Populasyon sa Pamahalaan

Lubhang nababahala ang pamahalaan ng Pilipinas dahil sa mabilis na paglaki ng populasyon. Kung ito'y magpapatuloy, maaaring dumating ang panahon na hindi na makamtan ng mga Pilipino ang mga pangunahing pangangailangan, tulad ng pagkain, damit, at tirahan dahil higit na marami ang nangangailangan kaysa pagkukunan.

Dahil bata pa ang populasyon ng Pilipinas, kung saan nakararami ang mga Pilipinong nasa gulang na sero hanggang apat, ay hindi pa ito maaasahang makatulong para sa kaunlaran ng bansa. Umaasa pa ito sa magulang at pamahalaan.

Ang di-pantay na distribusyon ng populasyon ay nakadaragdag din sa suliranin. Malawak ang mga sakahan ngunit kakaunti ang gustong magsaka at mamahala sa lupain. Ang mataas na densidad ng populasyon sa mga lungsod ay nagdudulot ng suliraning panlipunan at pangkabuhayan.

Ang mga nasabing suliraning dulot ng populasyon ay ginagawan ng kaukulang lunas ng ating pamahalaan. Itinataguyod nito ang programa sa pagpaplano ng pamilya. Sa nasabing programa, hinihikayat ang mga mag-asawa na maging responsableng magulang. Tinutulungan silang magpasya kung ilan ang gusto nilang maging anak at kung kailan sila magkakaroon nito. Iminumungkahi ng programang ito ang paggamit ng natural na paraan ng pagpigil ng anak at ang paggamit ang artipisyal na paraan.

Hinihikayat din ng pamahalaan ang mga may-ari ng mga pabrika o pagawaan at negosyante na magbukas ng kanilang mga negosyo sa mga lalawigan. Ito'y nakapag-iiwas ng pagpunta ng mga tao sa mga lungsod. Nararapat lang na magtulungan ang mga mamamayan at ang pamahalaan sa paglutas ng suliranin hinggil sa populasyon upang makamtan ng mga Pilipino ang hinahangad na kaunlaran.

第九课 人口的快速增长
Aralin 9　Ang Mabilis na Paglaki ng Populasyon

二　对话　Usapan①

Victor去Fernando叔叔家玩。

V: Victor　T: Tiyo Fernando

V: Magandang hapon, Tiyo. Kumusta kayo?

T: Mabuti. Kung napaaga ka ng dating, nakilala mo sana ang mga bisita ko. Kaaalis lamang nila.

V: Sino ba ang mga bisita ninyo?

T: Dalawang turistang Hapon.

V: Aba, mga dayuhan!

T: Mga kaibigan ko. Kasama ko noong naglakbay ako sa Asya. Mababait sila.

V: Magaganda ba, Tiyo?

T: Victor, dalawang lalaki ang bisita ko, hindi mga babae. At matatandang lalaki. Kasintanda ko.

V: Tiyo, dadalaw ako rito sa susunod na Linggo. May ipakikilala ako sa inyo.

T: Siyanga ba?

V: Ipakikilala ko sa inyo ang nobya ko. May hihingin kaming pabor sa inyo.

T: Anong pabor? Sabihin mo lang.

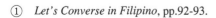

① *Let's Converse in Filipino*, pp.92-93.

V: Kukunin namin kayong ninong sa kasal.

T: Ah, sa lahat ng oras okay lang!

三　单词表　Talasalitaan

tumutukoy	提及，提到 (r.w. tukoy)
siksikan	拥挤的 (r.w. siksik)
kalat	分散的
pangangatawan	体格，体质 (r.w. katawan)
lubha	非常地，极其地
nababahala	担忧 (r.w. bahala)
makamtan	获得 (r.w. kamit)
nangangailangan	需求 (r.w. kailangan)
pagkukunan	获取（的途径，来源）(r.w. kuha)
di-pantay	不平均的 (r.w. pantay)
sakahan	耕地 (r.w. saka)
densidad	密度 (Sp. densidad)
kaukulan	关于，相关 (r.w. ukol)
lunas	对策
itinataguyod	推行 (r.w. taguyod)
hinihikayat	说服，鼓励 (r.w. hikayat)
magpasya	决定 (r.w. pasiya)
iminumungkahi	建议 (r.w. mungkahi)
paglutas	解决 (r.w. lutas)
hinahangad	想要的 (r.w. hangad)
dadalaw	拜访 (r.w. dalaw)
nobya	女朋友，未婚妻
ninong	教父

四 注释 Tala

课文注释

1. Kung malaki ang populasyon ng isang maliit na pook, ang mga bahay ay **siksikan**. Kung maliit ang populasyon ng isang malaking pook, ang mga tahanan ay **kalat-kalat**.

    (1) siksikan的词根是siksik，意为"填满的、塞满的"。siksikan意为"拥挤的"。

    例句：Ang mga sasakyan ay **siksikan** kapag oras ng labasan ng mga tao sa opisina.

    (2) kalat-kalat意为"稀疏的、散落的、零星的"。

    例句：**Kalat-kalat** ang labanan ng hukbo at mga rebelde.

2. Sa nasabing programa, **hinihikayat** ang mga mag-asawa na maging responsableng magulang.

    hinihikayat原型为hikayatin，意为"说服、使愿意做"，有时还译为"诱使"。

    例句：**Hinikayat** namin si Juan na umanib sa samahan.

对话注释

1. Kung **napaaga** ka ng dating, nakilala mo sana ang mga bisita ko. **Kaaalis** lamang nila.

    (1) napaaga的词根是aga，意思是"早"，这里使用mapa-词缀变成动词，表示（使得）某事（被）早做。

    例句：**Napaaga** ang panganganak ng aking kapatid na babae.

    (2) Kaaalis的词根是alis，意思是"离开"，使用ka-词缀并双写词根首音节变成最近完成时，表达刚刚做完某动作，后面接ng引导的施动者或者宾格形式人称代词。

    例句：**Kadarating** ko lang sa bahay.

五 语法 Balarila

关于拼写中重复音节的词型转换

以maka-或naka-词缀的词为例

传统上，应该把词根的第一个音节重复；但现在在口语中重复maka-或naka-中的ka音节也很常见。例如：

重复词根第一个音节	重复ka音节
makauunawa	makakaunawa
makagagaling	makakagaling
nakaiinis	nakakainis
nakababagot	nakakabagot
nakaaalis	nakakaalis

这两种拼写方法都是正确的。在文学写作中，可根据需要选择合适的拼写，以显示语言的层次：前者偏书面语，后者偏口语。

在外来语借词中倾向于使用后一种拼写方法，即重复ka音节，例如：makaka-strike。

六 练习 Pangkasanayan

1. 完成下面的句子。

   (1) Kung malaki ang populasyon ng isang maliit na pook, _____.

   (2) Kailangan ng bansa ang populasyong gumagawa dahil _____.

   (3) Ang mga bata ang yamang tao ng bansa sapagkat _____.

   (4) Dapat nating igalang at bigyang pagpapahalaga ang populasyong matanda dahil _____.

   (5) Nagiging mahirap ang pamumuhay kapag lumalaki ang populason dahil sa _____.

第九课 人口的快速增长
Aralin 9　Ang Mabilis na Paglaki ng Populasyon

2. 写出下列单词的最近完成时，并造句。

(1) dalaw

(2) bili

(3) takbo

(4) dating

(5) gawa

七　课后阅读　Gawain sa Bahay

Pagtatrapik①

　　Nakatayo ang pulis-trapiko sa abalang panulukan ng daan at sinisikap niyang mapanatili ang mahusay na daloy ng trapiko. Nagpapatigil at nagpapalakad siya ng mga sasakyan at ng mga taong nagdaraan.

　　Laging abala ang isang pulis sa pangangalaga ng kaligtasan sa pook. Natutulungan niya ang mga tao sa pag-iwas sa mga aksidente sa daan.

　　Isang hangarin ng pulis-trapiko na matutuhan ng lahat ang mga tuntuning dapat sundin sa trapiko. Kapag naunawaan ng tao ang mga ito, nalalaman nila kung ano ang dapat gawin at hindi dapat gawin pag naglalakad sa daan o nagpapatakbo ng sasakyan.

Ang Pulis-Trapiko②

Ang pulis-trapiko'y nasa dating lugar
Doon sa may krosing siya'y matatanaw;
Katulad ng dati yaong mga kamay
Ay panay ang senyas at panay ang galaw
Kung kaya't ang daloy ng tao't sasakyan
Patuloy, patuloy, hindi nababalam;

---

① *Alpabeto ng Balarila 4*, p.311.

② *Alpabeto ng Balarila 4*, p.319.

Panatag ang loob, lahat nasisiyahan
Sapagkat darating sa paroroonan.

Kaibigan siya ng bata't matanda
Ang lahat sa kanya ay nagtitiwala,
Dahilan sa kanya ay walang sakuna
Na sukat sumabot sa balana't madla
Lagi nang may ngiti, laging nakahandang
Tumulong sa tao na kanyang adhika,
Matamang gumanap ng tungkuling sadya
Na di umaasang magkakamit-pala.

Irene正在和Rebecca交流新闻。①

I: Irene   R: Rebecca

I: Natatandaan mo ba ang kababayan nating si Helen?
R: Oo. Bakit, may balita ka ba tungkol sa kaniya? Limang taon ko na siyang hindi nakikita.
I: Biyuda na siya.
R: Ha? Bakit, nag-asawa ba si Helen? Akala ko'y dalaga pa siya.
I: Naku, Rebecca, lagi kang huli sa balita. Nag-asawa noong isang taon si Helen.
R: Ganoon ba?
I: Oo. Pero namatay noong isang buwan ang asawa niya.
R: Kaawa-awang Helen!
I: Alam mo bang biyudo ang napangasawa niya?
R: Hindi binata?
I: Hindi. Pero mabait na tao. Maligayang-maligaya silang mag-asawa.
R: Tagalang ganiyan ang buhay. Pag may ligaya, may lungkot.

---

① *Let's Converse in Filipino*, pp.91-92.

第十课　公民对政府的责任
Aralin 10　Mga Tungkuling Ginagampanan ng Mamamayan sa Pamahalaan

一　课文　Testo[①]

　　Pinangangalagaan ng ating pamahalaan ang ating mga karapatan. Nagtatatag ito ng mga proyekto o mga batas para sa pag-unlad natin at ng buong bansa. May mga tungkulin tayong dapat gampanan upang matugunan ng ating pamahalaan ang mga gawain para sa ating kaunlaran. Dapat tayong makiisa at tumulong. Pinaiiral ng ating pamahalaan ang pagsunod sa mga batas upang mapabilis ang ating kaunlaran. Narito ang ilan sa mga batas na dapat nating sundin.

Batas Trapiko

　　Mahalaga sa atin ang mga batas trapiko upang maiwasan ang mga sakuna sa kalye. Dapat nating sundin ang mga babalang pantrapiko at pairalin ang disiplina sa sarili.

　　Sa pagsunod sa mga batas trapiko, tayo ay mabilis na nakararating sa ating pinapasukan at nakapagsisimula kaagad ng mga gawain. Mabilis nang nakapagdadala ng mga produkto ang mga mangangalakal sa iba't ibang pamilihan. Hindi ito masisira o mabubulok kung ito ay makararating nang maaga sa patutunguhan.

---

① 选编自 *Pilipinas: Bayan Ko 3*, pp.248-253.

Binibigyan ng kaukulang parusa ang mga mamamayan at mga motorista na lumalabag sa ating batas trapiko.

Batas Pangkatahimikan

Napapanatiling tahimikan at mapayapa ang isang pamayanan kung may mga batas na umiiral at dapat sundin.

Mayroon tayong batas na nagbabawal sa pagsapi sa mga samahang nais ibagsak ang pamahalaan.

Inaakit ng mga samahang maka-kaliwa at maka-kanan ang mga mamamayan na pabagsakin ang pamahalaan sa pamamagitan ng paggamit ng dahas. Nagkakahati-hati ang mga mamamayan na siyang nagiging daan ng kaguluhan sa bansa. Sinisikap ng pamahalaan na maiwasan ang mga pangyayaring ito sa pamamamgitan ng pagkontrol sa mga ilegal na samahan. Mahalagang sundin ang batas ukol dito upang tayo ay makapamuhay nang matiwasay at matahimik.

Napapanatili natin ang kapayapaan sa pamayanan kung nakokontrol ang mga taong gumagawa ng mga karahasan. Nararapat lamang na hulihin ang mga taong ito at ibigay ang mga parusang dapat maigawad sa kanila.

Ipinagbabawal ng pamahalaan ang pagdadala ng anumang sandata at armas na nakamamatay sa mga pook na pampubliko, tulad ng paaralan, simbahan, palengke, sinehan, o pasyalan.

Pagbabayad ng Buwis

Tungkulin ng mamamayan ang magbayad ng buwis. Ang perang kinikita

Aralin 10   Mga Tungkuling Ginagampanan ng Mamamayan sa Pamahalaan

ng mga buwis ay ginagamit sa iba't ibang proyektong pampamahalaan upang lubos na makapaglingkod sa mga mamamayan.

Ang perang nakukuha sa mga ibinabayad na buwis ng mga mamamayan ay ginagamit sa pagpapatayo ng mga pampublikong paaralan, ospital, palaruan, sentrong pangkalusugan at mga gusaling pampamahalaan.

Sa buwis din nanggagaling ang ginagasta para makagawa ng maganda at matitibay na mga daan, kalye at tulay.

Sa buwis pa rin nanggagaling ang mga ipinasasahod sa mga sundalo, pulis at iba pang hukbong tagapangalaga ng katahimikan at kaayusan ng bansa.

Ang ilan sa mga buwis na binabayaran ng mga mamamayan ay ang mga sumusunod:

1. Income Tax - ito ang pangunahing taunang buwis ng lahat ng mamamayang Pilipino na ibinabatay sa halaga ng kita o suweldo sa buong taon. Sampung porsiyento (10%) ang inaawas sa buwanang kita na napupunta sa pamahalaan.

2. Real Property Tax - ang buwis na ito ay ipinapataw sa mga ari-arian ng mga mamamayan.

Naisasakatuparan natin ang pagbabayad ng buwis sa araw-araw kapag tayo ay kumakain sa mga restawran, sapagkat kapag tayo ay nagbabayad ng ating kinain, may apat na porsiyento (4%) sa halaga ng ating nakain ang idinadagdag.

Halimbawa kung ang halaga ng kinain ng iyong mag-anak ay isang daang piso (P100.00), papatawan ang halagang ito ng apat na porsiyento (4%) na ang halaga ay apat na piso. Magbabayad ang tatay mo ng isang daan at apat na piso P104.00. Ang apat na piso ay napupunta sa pamahalaan para sa buwis na bayad.

Nagbabayad ng buwis ang mga mamamayan na gumagamit ng

kuryente at tubig sa araw-araw. Napupunta sa pamahalaan ang mga buwis na ito na kinikita sa MERALCO at Maynilad Water Services, Inc.

Batas sa Pangingisda

Napaliligiran ng maraming anyong tubig ang ating bansa. Dahil dito, tayo ay sagana sa mga isda at iba pang pagkaing dagat. Ang ating mga ilog, lawa, at dagat ay patuloy na magbibigay ng iba't ibang produkto kung ating susundin ang mga batas na nakatakda para sa pangingisda.

Narito ang ilang mga batas tungkol sa pangingisda:

1. Ang paggamit ng dinamita ay ipinagbabawal.
2. Ang panghuhuli ng mga isda ay ipinagbabawal sa panahon ng pangingitlog.
3. Mahigpit na ipinagbabawal ang pagtatapon ng basura o kemikal sa ilog, lawa, at dagat.

Batas sa Pagpuputol ng mga Punungkahoy

Maraming mga bundok ang nakakalbo na dahil sa kapabayaan ng mga tao. Ang mga "loggers" ay patuloy na namumutol ng mga punungkahoy kahit ipinagbabawal ng ating pamahalaan. Ano ang mangyayari kung mauubos ang mga punungkahoy? Marami tayong suliraning susuungin kung mauubos ang mga punungkahoy sa kagubatan. Ang pagsunod sa batas tungkol sa pagputol ng mga punungkahoy ay dapat nating gawin para na rin sa ating kapakanan.

Aralin 10　Mga Tungkuling Ginagampanan ng Mamamayan sa Pamahalaan

二　对话　Usapan①

Erin读了报纸上的新闻很震惊。

E: Erin　C: Christina

E: Christina, nabasa mo ba itong balita tungkol sa buhawi?

C: Hindi pa. Aling bayan ang dinaanan ng buhawi?

E: Bayan ng Santa Catalina. Isang nayon ang nasalanta. Walang natira ni isang bahay. Higit sa sandaan at limampung tao ang namatay.

C: Bakit ba maraming kapahamakang nangyayari ngayon? Ang nababasa na lang natin ay mga sunog, baha, lindol, salot, pagguho ng lupa, o pagsabog ng bulkan. Ayoko nang magbasa ng diyaryo.

E: Kung hindi tayo magbabasa ng balita, hindi natin malalaman kung ano ang nangyayari sa ibang lugar.

C: Kung sabagay, may katwiran ka. Baka may giyera na hindi pa natin alam kung hindi tayo babasa ng balita.

E: Naku, huwag naman sana. Kung magkakagiyera, baka mamatay lahat ang tao at magunaw ang mundo.

C: Mabuti pa, ibahin natin ang usapan.

E: Tama ka.

---

① *Let's Converse in Filipino*, p.171.

三　单词表　Talasalitaan

babala	警告
nakapagsisimula	开始 (r.w. simula)
mangangalakal	商人，从事贸易的人 (r.w. kalakal)
pamilihan	市场 (r.w. bili)
mabubulok	腐烂，变质 (r.w. bulok)
patutunguhan	目的地 (r.w. tungo)
parusa	惩罚，刑罚
lumalabag	违反 (r.w. labag)
pagsapi	参加，加入 (r.w. sapi)
ibagsak	颠覆，推翻 (r.w. bagsak)
karahasan	暴力 (r.w. dahas)
armas	武器 (Sp. armas)
ginagasta	费用
ipinasasahod	工资 (r.w. sahod)
ipinapataw	征税 (r.w. pataw)
naisasakatuparan	实现 (r.w. tupad)
dinamita	炸药 (Sp. dinamita)
buhawi	台风
nasalanta	摧毁 (r.w. salanta)
kapahamakan	悲剧 (r.w. hamak)
salot	鼠疫
giyera	战争 (Sp. guerra)
magunaw	大洪水、世界末日 (r.w. gunaw)

第十课　公民对政府的责任

Aralin 10　Mga Tungkuling Ginagampanan ng Mamamayan sa Pamahalaan

四　注释　Tala

课文注释

1. Pinaiiral ng ating pamahalaan ang pagsunod sa mga batas upang mapabilis ang ating kaunlaran.

　　　pinaiiral，施行，实施；词根iral，意为"存在，盛行，占优"，常见动词形式有umiral（存在，盛行），magpairal（施行），pairalin（实施）。

　　例句：Ang pamahalaan ang nagpapairal ng batas sa isang demokratikong bansa.

　　　　Umiiral pa ang kaugaliang pagsasabit ng medyas sa gabi bago sumapit ang Pasko.

2. Mayroon tayong batas na nagbabawal sa pagsapi sa mga samahang nais ibagsak ang pamahalaan.

(1) samahan，组织，机构，工会，个人关系，词根sama，意为"与……一起，陪同"。samahan，动词，"陪伴，指导"。

　　例句：Mabuti ang samahan natin ng mga Maralit.

(2) ibagsak，颠覆，挂科，击败，扔出，词根bagsak，意为"掉落，失败，破产"，常见动词形式有bagsakan，bumagsak，ibagsak。

　　例句：Ang binagsakan ng galit ng bata ay ang kanyang aso.

　　　　Bumagsak sa palayan ang eroplano.

　　　　Ibinagsak ng mga rebelde ang pamahalaan.

对话注释

1. Aling bayan ang dinaanan ng buhawi?

    dinaanan的词根为daan本意为道路，用-an/han词缀表示"路过、经过"。

    例句：Dinaanan ko ang bahay niya kahapon.

2. Kung sabagay, may katwiran ka.

    katwiran的意思是理由、逻辑，词根为tuwid意思是"直的"，may katwiran指某人说的很有道理。

    例句：Kapag may katwiran, ipaglaban mo!

五　语法　Balarila

关于缩写[①]

1. 时间和月份

    n.u. (ng umaga)　　　　Hun. (Hunyo)

    n.h. (ng hapon)　　　　Hul. (Hulyo)

    n.g. (ng gabi)　　　　　Ago. (Agosto)

    Ene. (Enero)　　　　　Set. (Setyembre)

    Peb. (Pebrero)　　　　Okt. (Oktubre)

    Mar. (Marso)　　　　　Nob. (Nobyembre)

    Abr. (Abril)　　　　　　Dis. (Disyembre)

    May. (Mayo)

[①] *Gabay sa Editing sa Wikang Filipino*, pp.40-41.

第十课 公民对政府的责任

Aralin 10 Mga Tungkuling Ginagampanan ng Mamamayan sa Pamahalaan

2. 少数民族及其语言

 Agt. (Agta)   Kap. (Kapampangan)

 Agu. (Agutayanen) Mrw. (Maranaw)

 Baj. (Bajaw)   Pan. (Pangasinan)

 Bik. (Bikol)   Seb. (Sebwano)

 Hil. (Hiligaynon)   Tag. (Tagalog)

 Ilk. (Iloko)   Tau. (Tausug)

 Iva. (Ivatan)   War. (Waray)

 Kan. (Kankanaey)

3. 人种或语言

 Fil. (Filipino)   Lat. (Latin)

 Esp. (Espanyol)   Ita. (Italyano)

 Ing. (Ingles)   Mal. (Malay)

 Fre. (French)   Por. (Portuges)

 Gri. (Griyego)   San. (Sanskrit)

4. 称谓

 Bb. (Binibini)   Dr. (Doktor)

 G. (Ginoo)   Prop. (Propesor)

 Gng. (Ginang)   Atty. (Attorney)

 Hen. (Heneral)

5. 其他

 lar. (larawan)   atbp. (at iba pa)

 pig. (pigura)   p./m.p. (pahina/mga pahina)

 hal. (halimbawa)

基础菲律宾语（第二册）

六 练习 Pangkasanayan

1. 课文练习

请用菲律宾语回答下列问题。

(1) Ano ang kahalagahan ng pagsunod sa mga batas trapiko?

(2) Bakit tungkulin ng mga mamamayan ang pagbabayad ng buwis? Anu-ano ang mga kahalagahan nito?

(3) Bilang isang mamamayan, ikaw ba ay nagbabayad ng buwis? Sa paanong paraan?

(4) Anong mga kapakinabangan ang ating nakukuha sa ating tubigan kung ating susundin ang mga batas na nakatakda para sa pangingisda?

2. 口语练习

阅读下面的对话并用菲律宾语讨论最近的新闻。

Mr. Whisky和Mrs. Whisky正在听收音机上的新闻。①

R: Mr. Whisky   S: Mrs. Whisky

S: May nakaligtas daw ba sa pagbagsak ng eroplano?

R: Nakaligtas halos lahat ang mga pasahero. Labinlima lang ang namatay.

S: Salamat at maraming nakaligtas. At ang piloto?

R: Isa sa mga namatay ang piloto.

S: Nakakalungkot din ang lumubog na bapor sa Isla Asul. Nalunod lahat ang mga pasahero.

---

① *Let's Converse in Filipino*, p.172.

Aralin 10　Mga Tungkuling Ginagampanan ng Mamamayan sa Pamahalaan

R: Oo nga. May nangyayaring aksidente araw-araw kung saan.

S: O, narinig mo ba? Nakataas ngayon ang babala ng bagyo sa bilang tatlo. Kagabi, babala bilang dalawa lang ang nakataas. Lumalakas pa ang bagyo.

R: Oo. Bahang-baha na ang mga kalsada. Napakalakas ng hangin.

S: Ay, mabuti at sarado ang mga eskuwela at opisina.

七　课后阅读　Gawain sa Bahay

Masayang Mayo[①]

Sa napakasaya at masiglang Mayo,
Sa loob ng gubat ay doon tumungo,
Yaong munting sapa ay agad tinudyo
At sa kanyang biro'y napatawa ito.

Kanyang inatasan ibong magaganda
Na mangagsihuni at mangagsikanta,
Awit ng pagbati, awit ng pagsinta
Buwan ng bulaklak heto't dumatal na.

Mga paruparo at mga bubuyog
Ay tinawag niya't saka iniutos:
"Hagkan ang bulaklak, suriin ang ubod,
Samyuin ang bango ng mga talulot."

---

① *Alpabeto ng Balarila 4*, p.329.

Ibang Daigdig[1]

May ibang daigdig

Sa loob ng aklat na pag

Binuksan ko ay may

Tumatawag

Reyna, engkantada,

Higante,

Duwende, o pirata

O kawal manikang

Masaya

Ako'y pumapasok

Sa lupaing ito

Na ang mga tao ay

Kaibigan ko.

Kahit pa magtagal

Sa lupaing ito di

Ako maiinip

Iyan ang totoo

Halina't sumama

Tayo ay mag-aliw

Humawak ng aklat

Magbasang mainam

---

[1] *Alpabeto ng Balarila 4*, p.333.

第十一课 地球仪：地球的模型
Aralin 11　Ang Globo: Modelo ng Ating Mundo

一　课文　Testo

Ang Globo

Ang globo ay replika o modelo ng mundo. Ito ay magagamit sa pagtukoy ng kinalalagyan ng isang lugar o bansa sa ibabaw ng mundo. Sa pamamagitan ng globo mailalarawan ang hugis, laki, distansya at direksyon ng isang lugar sa isa't isa. Malaki rin ang maitutulong nito kapag pinaghahambing ang mga lugar sa mundo  ayon sa katangian nito. Ito ang mga dahilan kung kaya nilikha ng mga kartograper ang kagamitang ito. **Kartograper** ang tawag sa mga taong gumagawa ng mapa upang ipakita ang bilog na anyo ng mundo.

Makikita rin sa globo ang bahaging lupa at bahaging tubig. Ipinapakita ng kulay asul sa globo ang bahaging tubig at kulay berde naman ang bahaging lupa.

Mga Bahagi ng Globo

Binubuo ng iba't ibang bahagi ang globo. May kanya-kanyang

---

① 选编自 *Pilipinas: Bayan Ko 4*, pp.13-17.

kahulugan ang bawat simbolo at natatanging guhit na nakapaloob dito. May mga pahalang at patayong linya na makikita sa palibot ng globo. Ang bawat linya ay may katumbas na bilang o numero. **Digri** (0°) ang tawag sa bilang na iyon. Ginagamit itong panukat sa layo ng isang lugar.

Ang mga guhit na nakapalibot sa globo ay pawang mga likhang-isip lamang.

Ang Ekwador

Sa globo matatagpuan ang pinakagitnang guhit latitud na pahalang at paikot mula sa kanluran patungong silangan. Ito ay tinatawag na **ekwador**. Ang ekwador ay isang likhang-isip na guhit na humahati sa globo ng dalawang pantay na bahagi.

Alam mo ba kung ano ang tawag sa dalawang bahaging ito?

Hating-Globo

Pagmasdan ang pagkakahati ng ekwador sa dalawang magkasinlaking bahagi. Ang bawat bahagi ay tinawag na **hating-globo**.

Hilagang hating-globo ang bahaging patungo sa polong hilaga mula sa ekwador. Tinawag naman na timog hating-globo ang bahaging mula sa ekwador patungong polong timog.

Hinahati naman ng guhit na patayo na tinawag na **Prime Meridian** at **International Date Line** ang silangang hating-globo at kanlurang hating-globo. Ang kanluran-hating globo ay nasa bahaging kaliwa ng prime meridian at ang silangang hating-globo ay nasa bahaging kanan.

Mga Guhit Latitud

Ang mga guhit na kaagapay ng ekwador ay tinatawag na **guhit latitud**. Ang ekwador ang panggitnang guhit latitud. Ang ekwador ay

Aralin 11 Ang Globo: Modelo ng Ating Mundo

nasa zero digri (0°). Mahalaga ang mga guhit latitud upang matukoy ang layo ng isang lugar mula sa ekwador patungong hilaga o patungong timog. Habang lumalayo ang isang lugar mula sa ekwador ay nadadagdagan ang bilang ng digri nito. Nasa 90° latitud ang polong hilaga o polong timog mula sa ekwador. Ang bawat digri latitud ng isang lugar ay isinusulat na may (H) hilaga o (T) timog upang matukoy kung ang mga ito ay patungong hilaga o patimog mula sa ekwador, halimbawa 90°H o 20° T.

Mga Guhit Longhitud

May mga guhit na patayo sa globo. **Guhit longhitud** ang tawag dito. Nagmumula ang guhit longhitud sa polong hilaga patungong polong timog. Ginagamit ang mga guhit na ito upang matiyak ang layo ng isang lugar mula sa panggitnang guhit longhitud ng globo patungong silangan o kanluran.

Ang pangunahing guhit longhitud na matatagpuan sa gitna ay tinawag na **Prime Meridian**. Nasa zero digri ang prime meridian. Ang sukat nito sa magkabilang panig ng globo ay 180 digri. Dumaraan ang likhang-isip na guhit na ito sa Greenwich, England mula polong hilaga patungong polong timog.

Pawang likhang-isip din ang guhit longhitud na katapat ng prime meridian. Ito ang **International Date Line** na may sukat ding 180 digri.

Mahalaga ang **International Date Line**, lalo na sa mga naglalakbay dahil ito ang batayan ng pagbabago ng oras at araw sa magkabilang panig ng mundo. Kung titingnan ang **International Date Line** sa globo, ito ay hindi tuwid na guhit longhitud mula sa hilagang polo at dumaraan sa Bering Strait, Karagatang Pacific patungong polong timog sa bahaging Antarctic upang maiwasan ang di-pagkakaiba ng maliliit ngunit matataong

lugar o bansa.

Ang mga manlalakbay na dumaraan sa **International Date Line** mula sa silangan patungong kanluran ay nakararanas ng pagbabago ng araw dahil ang Lunes ay nagiging Martes. Kung patungo naman sa silangan mula sa kanluran ay ibinabalik sa Lunes ang Martes.

二 对话 Usapan[①]

Ate Sheena给Jessie打电话。

A=Ate Sheena   J=Jessie

A: Narinig mo ba ang babala sa TV?

J: Hindi. Bakit, ano ba ang balita?

A: May babala ng bagyo. Malakas na bagyo ang darating.

J: Kaya pala madilim na madilim ang langit. Alas-siyete na ng umaga, parang gabi pa.

A: Tumawag ako para sabihin sa inyong walang pasok ngayon.

J: Aba, magandang balita 'yan!

A: Mag-ingat kayong lahat. Hindi kayo aalis ng dorm. Masamang-masama talaga ang panahon. Masyadong mahangin at nag-uumpisa nang umulan nang malakas.

J: Dumungaw nga ako bago ka tumawag.

---

① *Let's Converse in Filipino*, pp.100-101.

第十一课 地球仪：地球的模型
Aralin 11　Ang Globo: Modelo ng Ating Mundo

Masama talaga ang panahon. Salamat Ate, hindi kami lalabas. May quiz kami bukas, dapat maghanda.

A: Oh, walang rin pasok bukas. Kasi may baha sa kalye. Hindi pa magdanas kayo ng bagyo, di ba? Mabagyo rito sa Pilipinas, kasi nasa landas ng daanan ng bagyo, galing sa Karagatang Pacific ang mga bagyo. Unang bagyo ito, may iba pang bagyo sa susunod na buwan, mag-ingat ha.

J: Salamat Ate, may bagyo rin sa timog ng Tsina, humangin mula sa Pilipinas, dumaan sa Taiwan at sa wakas sa Fujian at Canton. Hindi naman malakas na ang bagyo sa Tsina ei.

A: Oo, kaya may bakasyon kung may bagyo rito. Sige na lang, mag-ingat kayong lahat.

J: Sige, Ate, salamat!

三　单词表　Talasalitaan

globo	地球仪
replika	复制品
pagtukoy	指示 (r.w. tukoy)
kinalalagyan	位置 (r.w. lagay)
distansya	距离
kartograper	制图学家
bilog	圆形，球体，圆形的
numero	数字
digri	度数
panukat	测量，测量工具 (r.w. sukat)
pawa	所有的，每一个（形）
likhang-isip	想象
ekwador	赤道

kaagapay 平行，并排，并肩

katapat 相对的

manlalakbay 旅行者

umpisa 开始

dungaw 向窗外看

danas 经历

landas 路径

四 注释 Tala

课文注释

1. Ito ay magagamit sa pagtukoy ng kinalalagyan ng isang lugar o bansa sa ibabaw ng mundo.

   magagamit sa: 表示"被用于……"

   例句：Ang mapa ay magagamit sa paghahanap ng kinalalagyan ng isang lugar sa mundo.

   sa ibabaw ng, 在……表面。注意和sa itaas ng, 在……上面的区别。

   例句：Natapon ang gatas sa ibabaw ng mesa.

2. Sa pamamagitan ng globo mailalarawan ang hugis, laki, distansya at direksyon ng isang lugar sa isa't isa.

   sa isa't isa, 互相，彼此

   例句：pag-ibig sa isa't isa

3. Ito ang mga dahilan kung kaya nilikha ng mga kartograper ang kagamitang ito.

   ito ang mga dahilan kung kaya, 这是……的原因

   例句：Ito ang dahilan kung kaya hindi siya pumasok kahapon.

4. Pagmasdan ang pagkakahati ng ekwador sa dalawang magkasinlaking bahagi.

dalawang magkasinlaking bahagi

表示相同的词缀magkasing，后接表示长度、大小等名词的词根，当词根以d，l，r，s，t开头时变为magkasin-。

例句：Hinati niya ang cake sa apat na magkasinlaking bahagi.

五 语法 Balarila①

Pang-abay 副词

1. **Katangian ng pang-abay** 副词的特性：

副词在准确表达句子的意思中起到很大的作用。

请看以下例句：

Nagtatakbo sa kalsada si Don.

Humiga sa kama ang pagod na si Nanay.

Umasim ang mukha ng suyang-suyang matanda.

再看以下加了副词之后的例句：

Biglang nagtatakbo sa kalsada si Don.

Pabagsak na humiga sa kama ang pagod na si Nanay.

Agad umasim ang mukha ng suyang-suyang matanda.

由此可见，与原有的例句相比，加了副词的句子可以传达更多的信息。上文中斜体标出的词是副词，它们的出现使句子的意思更加清晰。另外，副词的使用还能让句子具有不同的意思。请看以下例句。

Mahinang nagsalita ang ina.

---

① *Alpabeto ng Balarila 5*, p.124.

Pagalit na nagsalita ang ina.

Masuyong nagsalita ang ina.

2. **Mga uri ng pang-abay** 副词的种类：

(1) Pang-abay na pamaraan:

第一种副词或副词词组用来修饰动作行为，它可以用于回答以Paano提问的句子。

Dahan-dahang nasara ang kurtina.

Nagpaliwanag sila nang mahusay.

Walang-awang humampas ang alon sa bangka.

Sadyang pinalitan ang leksiyon para bukas.

(2) Pang-abay na panlunan:

第二种副词或副词词组用来描述一项行为发生的地点，它可以用于回答以Saan提问的句子。

Sa paanan ng bundok na iyon ako lumaki. Sa loob ng isang dampa sa nayong iyon ako ipinanganak. Sa tabi ng kubo ay may umaagos na batis-batisan. Doon ako madalas maupo sa gilid ng batis, sa ibabaw ng isang malapad na bato. Sa likuran ng kubo ay naroon ang magha-maghapon. Doon ko pinalipas ang aking masaya at lipos ng tamis na panahon ng kabataan. Ngayong matanda na ako ay di ko nalilimutang dumalaw sa pook na iyon.

(3) Pang-abay na pamanahon:

第三种副词或者副词词组用来表示一项行为已经发生，正在发生抑或是将要发生。它可以用于回答以Kailan提问的句子。

Tuwing umaga ay ganito ang pangkaraniwang tanawin sa bahay nina G. at Gng. Santos. Madaling-araw pa lamang, nagluluto na si Gng. Santos. Maagang pumapasok sa eskuwelahan ang kanilang dalawang anak. Alas-singko pa ay inihahanda na niya ang kanilang pagkain. Bago tumaas ang araw ay sinusundo na ng sasakyan ang

第十一课　地球仪：地球的模型
Aralin 11　Ang Globo: Modelo ng Ating Mundo

mga bata. Nagmamadali silang pumasok sa eskuwelahan araw-araw. Tuwing Sabado ay nakapagpapahinga si Gng. Santos. Inihahanda naman niya ang kanilang mga isusuot para sa pagsisimba nila sa Linggo.

六　练习　Pangkasanayan

1. 课文练习

(1) 将下列句子译为菲律宾语，使用括号中的单词或词组。

　① 铅笔是用于写字的。(magagamit sa)

　② 旅行者是热爱旅行的人，他们常常在世界各地旅行。(ang tawag sa mga taong...)

　③ 民族国家是想象出来的共同体。(pawang likhang-isip)

　④ 照片中最中间的人是Lopez老师。(pinakagitna)

　⑤ 台风将要登陆，这是天色逐渐变黑的原因。(ito ang dahilan kung kaya...)

(2) 根据语境回答问题。

　① Kung bibigyan ka ng pagkakataon na pumili ng lugar na titirahan, pipiliin mo pa rin bang tumira sa Tsina? Bakit?

　② Napakalamig sa Alaska dahil nasa bahagi ito ng Rehiyong Polar. Paano mo hihikayatin ang kaibigan mo na taga-rito upang magbakasyon sa Pilipinas? Ano ang gagawin mo?

2. 语法练习

(1) 请用横线标注出句子中的副词。

① Patawang nagbiro ang pilyong bata.

② Kiming ipinakilala ni Nita si Flor sa kasama.

③ Masiglang naghalakhakan ang lahat.

④ Tuwirang sumagot sa tanong si Megan.

⑤ Ang manlalaro ay pahagibis na tumakbo.

⑥ Padabog na sumagot si Pepay.

(2) 用副词回答下列问题。

① Paano kumikilos ang magkakapurok kung may proyektong dapat isagawa?

② Paano dapat nagdadamayan ang mabuting magkakapitbahay?

③ Paano kumain ang gutom na gutom?

④ Paano magkusot ng damit ang labandera?

(3) 填上恰当的副词。

① Lumakad-lakad pa kayo _____.

② Tumingin ka _____.

③ Dumapo _____ ng bubong ang ibon.

④ Nagtungo _____ ng hagdan si Diego.

⑤ Nakita kita sa Gateway _____.

⑥ _____ ay nagpapasyal kami roon.

⑦ Dalhin mo _____ sa Rizal Park ang iyong panauhin at tiyak na masisiyahan siya.

第十一课　地球仪：地球的模型
Aralin 11　Ang Globo: Modelo ng Ating Mundo

⑧ Nagdaan kami sa Bulkang Mayong _____.

3. 口语练习[①]

熟读下面的对话，对表示时间的词进行替换，并组成新的对话。

Samar给Lopez打电话。

S=Samar　　L=Lopez

S:　Hello, Lopez, kumusta ka na?

L:　Mabuti naman. Ikaw? Matagal na rin tayong hindi nagkikita.

S:　Kaya ako tumawag, iimbitahin kita sa Sabado at Linggo. Mangisda tayo.

L:　Naku, hindi puwede. Pangalawang linggo na itong may pasok ako araw-araw.

S:　Sa isang linggo, puwede ka bang pumarito?

L:　Hindi rin. Pero sa susunod na buwan, libre na ako.

S:　Noong nakaraang buwan at sa buong buwang ito, hindi kami nagtrabaho ng Sabado o Linggo. Lagi na kaming magtatrabaho araw-araw umpisa sa unang linggo ng buwan papasok.

L:　Sayang, ano? Wala na tayong panahong mangisda.

S:　Oo nga. Sa isang taon na lamang tayo magplano.

L:　Mabuti pa nga!

[①] *Let's Converse in Filipino*, pp. 39-40.

七 课后阅读 Gawain sa Bahay[①]

Grid

Nabubuo ang grid kapag ang mga guhit latitud at mga guhit longhitud ay pinagsasama-sama o nagkakatagpu-tagpo sa globo o mapa. Mahalaga ang grid dahil ginagamit ito sa paghahanap ng tiyak na lokasyon ng isang lugar sa mundo sa pamamagitan ng globo o mapa.

Sa pamamagitan ng grid, ang Pilipinas ay matatagpuan sa hilagang-hating globo sa may silangang bahagi. Ito'y nasa pagitan ng 4° hanggang 21° H latitud at 116° hanggang sa 127° S longhitud.

Nakatutulong ang kaalaman sa direksyon sa wastong paggamit ng grid.

Mga Espesyal na Guhit Latitud

Espesyal ang mga guhit latitud na Ekwador, Tropiko ng Cancer, Tropiko ng Capricorn, Kabilugang Arctic at Kabilugang Antarctic. Ang limang guhit latitud na ito ay nakatutulong upang maunawaan ang pagbabago ng klima sa iba't ibang bahagi ng mundo sanhi ng relasyon ng araw at mundo.

Ang mundo ay umiikot sa araw. Sa pag-ikot ng mundo sa araw, hindi lahat ng bahagi nito ay direktang nakaharap sa araw, kaya may mga bahagi na direktang nakatatanggap ng init ng araw at may bahagi naman na hindi gaanong nakatatanggap ng init nito.

Sa pamamagitan ng limang guhit latitud ay matutukoy ang mga

---

① *Pilipinas: Bayan Ko 4*, pp.18-21.

第十一课　地球仪：地球的模型
Aralin 11　Ang Globo: Modelo ng Ating Mundo

lugar na mainit at malamig ang klima sa buong taon dahil sa pagkiling ng mga polo ng mundo habang umiikot sa araw.

Ang Tropiko ng Cancer ay nasa 23 ½ o 23.5° H latitud mula sa Ekwador. Ito ay matatagpuan sa mababang latitud. Nasa 23 ½ o 23.5° T latitud mula sa Ekwador naman ang Tropiko ng Capricorn. Ito ay nasa mababang latitud. Ang Kabilugang Arctic ay matatagpuan sa 66 ½ o 66.5° H latitud mula sa Ekwador. Ito ay nasa bahaging mataas na latitud. Ang Kabilugang Antartic ay nasa 66 ½ o 66.5° T latitud mula sa Ekwador at matatagpuan naman sa mataas na latitud. Samantalang ang Ekwador ay matatagpuan sa mababang latitud.

Ang kalagayan ng pang-araw-araw na panahon ng isang lugar, klima, at temperatura nito ay may kinalaman sa taas at baba ng kinaroroonang latitud ng isang lugar o bansa sa mundo.

第十二课　菲律宾及其地理特征
Aralin 12　Ang Pilipinas at ang mga Katangian Nito

一　课文　Testo[①]

　　Ang Pilipinas ay bahagi ng mundo na matatagpuan sa mababang latitud. Ito ay may klimang tropikal. Dalawa ang uri ng panahon sa bansa, tag-araw at tag-ulan.

　　Ang Pilipinas ay matatagpuan sa hilagang hating-globo. Ito'y nasa pagitan ng mga latitud na 4°23′ H at 21°25′ H at sa pagitan ng mga longhitud na 116° S at 127° S. Nasa kontinente ito ng Asya.

　　Napaliligiran ng katubigan ang Pilipinas. Sa hilagang bahagi ng Pilipinas matatagpuan ang Bashi Channel, sa timog nito matatagpuan ang Dagat Celebes, sa kanluran ay matatagpuan ang Dagat Timog Tsina, at sa bahaging silangan naman ay matatagpuan ang malawak na Karagatang Pacific.

　　Binubuo ng malalaki at maliliit na pulo ang Pilipinas. Humigit-kumulang sa 7, 000 mga pulo ang bumubuo rito. Ito ang dahilan kaya tinawag itong isang kapuluan.

　　May kabuuang sukat na 300, 000 kilometro kwadrado ang lupain ng Pilipinas. Ito ay binubuo ng tatlong malalaking pangkat na pulo-Luzon, Visayas at Mindanao.

　　Ang Pilipinas ay nasa magandang lokasyon. Noon pa man ito ay

---

① 选编自 *Pilipinas: Bayan Ko 4*, pp.56-65.

第十二课 菲律宾及其地理特征
Aralin 12 Ang Pilipinas at ang mga Katangian Nito

naging sentro na ng kalakalan. Nakipagkalakalan sa Pilipinas ang mga bansa sa Timog-silangang Asya. Naimpluwensiyahan ang kultura ng Pilipinas ng mga kanluraning bansa, dahil malapit ang mga bansang ito sa Pilipinas.

Sa mga lalawigang bulubundukin sa buong bansa, tulad ng Gitnang Cordillera sa hilagang bahagi ng Pilipinas, ay nakararanas ng pinaka-malamig na temperatura. Mabundok ang mga lugar na ito kung ihahambing sa ibang lugar sa Pilipinas.

Madaling maramdaman ang kaibhan ng temperatura batay sa topograpiya ng isang lugar. Halimbawa sa Lungsod ng Baguio, nararamdaman ang lamig na panahon. Kapag bumaba pabalik sa kapatagan ay unti-unting nararamdaman na papainit nang papainit ang panahon.

Nararanasan sa Pilipinas ang pinakamalamig ng buwan tuwing Enero na bumababa sa 15.5℃. Pinakamainit naman sa maraming bahagi sa Pilipinas sa buwan ng Mayo na tumataas hanggang 32℃. Samantala ang katamtamang temperatura ay umaabot ng 27℃.

Madalas daanan ng bagyo ang Pilipinas dahil sa lokasyon nito. Sadyang nasa landas ng daanan ng bagyo ang Pilipinas. Karamihan ng mga bagyong dumaraan sa Pilipinas ay galing sa Karagatang Pacipico. Madalas ang pagbagyo sa Pilipinas mula Mayo hanggang Nobyembre.

Sa mga lugar na madalas daanan ng bagyo, tulad ng lalawigan ng Batanes, karaniwang itinatanim ang mga halamang hindi nasisira ng bagyo, tulad ng mga halamang-ugat. Sibuyas at bawang ang mga pangunahing produktong agrikultural dito.

Mainam namang itanim ang stawberry at mga gulay na repolyo, petsay, sitsaro, at kamatis, sa mga lugar na malamig ang klima sa buong taon, tulad ng Tagaytay at Lalawigang Bulubundukin.

二 对话 Usapan①

Mr. Sison在公共汽车上遇到了他的侄子Simon。

M: Mr. Sison   S: Simon

M: Aba, Simon, maaga ka ngayon.

S: Oho, Tiyo. Maaga nang isang oras ang pasok ko araw-araw.

M: Maaga rin ba ang uwi mo?

S: Alas-singko ho ng hapon.

M: Pumapasok ka pa ba sa unibersidad sa gabi?

S: Oho. Kumukuha ako ng dalawang kurso mula alas-sais hanggang alas nuwebe.

M: Gabi ka nang nakakauwi ng bahay?

S: Oho. Kaya pag Sabado at Linggo, bihira akong umalis ng bahay. Nagpapahinga naman ako.

---

① *Let's Converse in Filipino*, p.52.

第十二课 菲律宾及其地理特征
Aralin 12 Ang Pilipinas at ang mga Katangian Nito

M: Mabuti naman. Kailan ka ba magtatapos?

S: Sa isang taon po, sa Hulyo.

M: Anim na buwan na lamang pala at magtatapos ka na sa unibersidad. Binabati kita ngayon pa lamang.

S: Salamat po, Tiyo.

三 单词表 Talasalitaan

katangian	特征、特点 (r.w. tangi)
tag-araw	旱季
tag-ulan	雨季
kwadrado	平方、正方形 (Sp. cuadrado)
kalakalan	贸易、商贸 (r.w. kalakal)
naimpluwensiyahan	（被）影响
kultura	文化 (Sp. cultura)
bulubundukin	多山的 (r.w. bundok)
nakararanas	经历、体验 (r.w. danas)
maramdaman	（被）感受、感觉 (r.w. damdam)
kaibhan	区别、不同 (r.w. iba)
katamtaman	平均的 (r.w. tamtam)
umaabot	达到 (r.w. abot)
landas	路径
itinatanim	（被）种植、栽种 (r.w. tanim)
sibuyas	洋葱
bawang	蒜

四 注释 Tala

课文注释

1. **Sa** hilagang bahagi ng Pilipinas **matatagpuan ang** Bashi Channel, **sa** timog nito **matatagpuan ang** Dagat Celebes, **sa** kanluran ay **matatagpuan ang** Dagat Timog Tsina, at **sa** bahaging silangan naman ay **matatagpuan ang** malawak na Karagatang Pacific.

   Sa...(ay) matatagpuan ang... 和 **...ay matatagpuan sa...** 一样，意为"……位于……"，sa引导的地点状语前置，可表示对地点的强调。

   例句：**Sa** Timog-silangang Asya **ay matatagpuan ang** Pilipinas.

2. **Noon pa man** ito ay naging sentro na ng kalakalan.

   Noon pa man...，意为"那时候……""甚至当……时候"。

   例句：**Noon pa mang** bata pa siya ay napakatapang na niya.

3. Mabundok ang mga lugar na ito **kung ihahambing sa** ibang lugar sa Pilipinas.

   kung ihahambing sa...，如果和……相比；hambing，形容词，相似的、可比的。

   例句：**Kung ihahambing kay** Cora, siya ay higit na maganda.

4. Madaling maramdaman ang kaibhan ng temperatura **batay sa** topograpiya ng isang lugar.

   Batay sa...，根据……，与其意思相近的短语还有ayon sa。

   例句：Magpasiya **batay sa** tuntunin.

第十二课　菲律宾及其地理特征
Aralin 12　Ang Pilipinas at ang mga Katangian Nito

五　语法　Balarila[①]

Gusto引导的句子

1. "gusto"：喜欢、想要。其引导的句子结构一般为：gusto+ng/ni 标志的动作发出者或宾格形式人称代词+ng/ang标志的动作接受者。动作接受者为泛指时用"ng"作为标志词来引导，确指时则用标志词"ang"）。

   例：Matulog ka kung **gusto mo**.

   　　Gusto ng bisita **ng** litson.

   　　Gusto ni Dan **ng** taglamig.

   　　Gusto ni Mrs. Santos **ang** halu-halong ito.

2. gusto作为情态动词，在句子后面要加入实意动词时，需要使用连接结构来连接动作发出者和实意动词；实意动词决定了其后从句的主被动语态，如果实意动词为主动形式，用"ng"标志动作接受者，被动形式则用"ang"标志动作接受者。

   例：**Gusto kong** sumagap **ng** sariwang hangin.

   　　Gusto ni Dan **na** kumain **ng** litson.

   　　Gusto ni Pedro**ng** kainin **ang** litson.

3. gusto的同义词"ibig""nais"以及反义词"ayaw"，与"gusto"用法基本相同。"ayaw ko"一般缩写为"ayoko"。

   例：**Ayoko**ng matulog.

[①] Teresita U. Ramos at Resty M. Cena, *Modern Tagalog*, Honolulu: University of Hawaii Press, 1990, pp.99-108.

基础菲律宾语（第二册）

小品词

1. 菲律宾语中的小品词包括"na""pa""nga""din""lang""naman""pala"等，用于加强语气，使句子表意更生动丰富。各小品词的具体用法见下表：

nga	表肯定或强调	例：Oo **nga**! 例：Pupunta **nga** siya sa party.
daw/raw	表转述	例：Maganda **raw** si Aleli. 例：Matigas **daw** ang ulo niya.
pala	表惊讶	例：Dumating **pala** si Romulo. 例：Tapos ka na **pala**!
din/rin	表相似	例：Kuntento **rin** ako. 例：Mabait **din** si Julia.
na	表完成或即将完成	例：Bukas **na** ang iksamin. 例：Kumakain **na** ako.
pa	表未完成	例：Bukas **pa** ang iksamin. 例：Kumakain **pa** ako.
lang	表仅仅	例：Guwapo siya, pandak **lang**. 例：Sundalo **lang** siya.
lamang	同lang，但在非正式场合不常用	
naman	表对比或转折	例：Kuripot **naman** si Carmen. 例：Kumusta ka **naman**.
yata	表不确定	例：Wala **yatang** tao. 例：Nagiginaw **yata** ang bata.
sana	表希望	例：Umaraw **sana** bukas. 例：Gumaling **sana** siya.
kaya	表推测	例：Darating **kaya** siya? 例：Manalo **kaya** siya?

138

第十二课 菲律宾及其地理特征
Aralin 12　Ang Pilipinas at ang mga Katangian Nito

2. 多个小品词的使用顺序为：

1	2	3	4	5	6	7	8
na/pa	nga	din/rin	lang/lamang	daw/raw	kaya	naman	sana/pala/yata

人称代词ko、ka、mo一般放在句中所有小品词的最前面，其他人称代词则一般放在所有小品词的最后面。

例：Hindi pa naman tayo nauuhaw.

例：Kaaalis pa lang daw ni David.

六　练习　Pangkasanayan

1. 口语练习①

 (1) Maaari tayong magtrabaho pag maganda ang panahon.
         mamasyal
         pumasok sa eskuwela
         maglakad sa labas
         maglaro
         manood ng mga laro
         lumagi sa labas ng bahay
         umupo sa lilim ng puno
         magpalipad ng saranggola
         lumangoy sa dagat
         mamangka sa ilog

 (2) Maginaw pag buwan ng Nobyembre
   Malamig   Disyembre
   Taglamig   Enero
   Maulap   Pebrero
   Mahangin

---

① *Let's Converse in Filipino*, p.105.

2. 语法练习

(1) 请根据题中所给宾语及主语编写 *gusto* 或 *ayaw* 句子。①

　① 蔬菜/他

　② 牛奶/我

　③ 香蕉/我们

　④ 米饭/咱们

　⑤ 鱼/大卫

　⑥ 菠萝/客人

　⑦ 酒/他们

　⑧ 鸭胚蛋/你们

　⑨ 鱼虾酱/你们

　⑩ 苦瓜/这个人

(2) 请将题中句子补充完整。②

　① Gusto niyang inumin...

　② Gusto kong lumangoy...

　③ Ayaw ni Rosa na kantahin...

　④ Gusto ng kaibigan kong tumakbo...

　⑤ Gusto ng estudyanteng basahin...

(3) 请使用合适的小品词翻译下面的句子。③

　① 约翰的确是个好人。

　② 听说罪犯已经被捕了。

　③ 班车原来来晚了。

　④ 他们的女儿也很勤奋。

　⑤ 他的腰还在疼。

---

[1] *Modern Tagalog*, pp.35-36.

[2] *Modern Tagalog*, pp.35-36.

[3] *Modern Tagalog*, pp.99-108.

第十二课　菲律宾及其地理特征
Aralin 12　Ang Pilipinas at ang mga Katangian Nito

⑥ 她只是个律师。

⑦ 另一方面，我没有钱。

⑧ 他可能不会来了。

⑨ 我希望她生活幸福。

⑩ 他睡着了么？

(4) 请选用下列单词或短语填空，使文章意思完整。①

  tinatawag　katangian　nasa landas ng　panahon　kapuluan
  batay sa　matatagpuan　napaliligiran　klima　binubuo ng
  kung ihahambing sa　nakararanas　pulo　higit na
  humigit-kumulang

  _____ teorya ng mga heologo, ang ibabaw ng mundo ay _____ mga malalaking tipak ng mga tila malalapad na bato na _____ na platong tektonik (*plate tectonics*). Ang mga platong ito ay magkakadikit-dikit tulad ng jigsaw puzzle. Ang Pilipinas ay _____ sa *Philippine plate* sa tabi ng _____ malaking *Pacific plate*. Tulad ng iba pang plato, ito ay gumagalaw sanhi ng init na nagmumula sa pinakaubod ng mundo. _____ *Pacific Ring of Fire* din ang Pilipinas. Mayroon nang _____ na 200 bulkan mula Luzon hanggang Mindanao. Dahil nasa sonang tropikal, karaniwan ay mainit at maulan ang _____ sa Pilipinas. Madalas itong _____ ng bagyo, dahil ito ay nasa daanan ng mga bagyong nagmumula sa mga _____ ng Carolinas sa Karagatang Pacific.

---

① 选编自 *Pilipinas: Bayan Ko 5*, pp.3-5.

七 课后阅读   Gawain sa Bahay

Katayuan ng Babae sa Lipunan[①]

　　Maraming mga kuwentong bayan ang magsasaad ng pantay ng pagtingin sa babae at lalaki ng sinaunang lipunan. Isa sa mga ito ang isang alamat mula sa Visayas. Ayon dito, isang ibon na pagod at namamahinga ang tumuka ng isang kawayang inaanod. Tinuka niya nang malakas ang kawayan. Ito ay nabiyak at lumabas ang isang lalaki at babae, sina Malakas at Maganda. Sila ang naging unang mga tao rito sa lupa. Ang alamat na ito ay nangangahulugan ng pagkakaroon ng lumang tradisyon, ng pagkakapantay ng lalaki at babae. Magkasabay silang lumabas sa kawayan; walang nauna o nahuli. Ang alamat na ito ay nagpapahiwatig na walang superyor at walang inferyor sa kasarian. Ito marahil ang dahilan kung bakit ang mag-asawa ay tinatawag na *magkabiyak*.

　　Ang babae ay iginagalang sa iba't ibang paraan. Pinauuna siya ng lalaki sa paglalakad at sa pagpasok sa bahay. Ang isang manliligaw ay kinakailangang manilbihan sa bahay ng dalagang kanyang napupusuan. Ang *paninilbihan* ay maaaring gawin sa pamamagitan ng pag-igib ng tubig, pagsibak ng kahoy, pag-ayos ng mga sirang kasangkapan at iba pa. Bago ikasal, kinakailangan munang isagawa ang *pamamanhikan* ng mga magulang ng lalaki sa bahay ng babae upang pagkasunduan ang mga bagay-bagay at itakda ang araw ng kasal. Kinakailangan ding magbigay ng *dote o bigaykaya* ang lalaki tulad ng alahas at lupa sa mga magulang ng babae. Kapag nagkaroon ng anak, ang babae ang nagbibigay ng pangalan. Bilang pagkilala sa kanyang mahalagang papel bilang ina at asawa, tinatawag na *maybahay* ang babae.

[①]　选编自 *Pilipinas: Bayan Ko 5*, p.31.

第十三课　国家首都区NCR
Aralin 13　Ang Pambansang Punong Rehiyon o NCR①

一　课文　Testo②

Alam mo ba ang mga lungsod at mga bayan na bumubuo sa Pambansang Punong Rehiyon o NCR? Pag-aralan ito.

Ang Pambansang Punong Rehiyon o Kalakhang Maynila ay binubuo ng labintatlong lungsod at apat na bayan o munisipalidad. Ginawa itong isang Metropolis. Ang isang Metropolis ay may panggitnang lungsod kabilang ang mga munisipalidad na nakapaligid na may sariling pamahalaang lokal. Pinalawak ang nasasakupang lupain nito upang ang mga suliraning kinakaharap ng isang lungsod ay malunasan kung sama-samang ipatutupad ang batas o kautusan. Sakop ng Metropolitan Development Authority ang pagpapatupad ng kaayusan sa trapiko at pagbibigay ng solusyon tungkol sa problema sa basura.

---

① NCR 是 National Capital Region 的缩写。
② 选编自 *Pilipinas: Bayan Ko 4*, pp.113-121.

Ang hangganan ng Kalakhang Maynila ay napaliligiran ng Bulacan sa hilaga, sa kanluran ay ang Manila Bay, sa silangan ay ang lalawigan ng Rizal, at sa bandang timog ay ang Cavite at Batangas. Ang Ilog Pasig at Ilog Marikina ang dalawang ilog na umaagos sa NCR. Malawak na kapatagan ang Kalakhang Maynila, dahil dito, madali ang transportasyon at komunikasyon na naging susi ng kaunlaran ng rehiyon.

Ang NCR ay sentro ng pamahalaan. Sa NCR matatagpuan ang punong tanggapan ng tatlong sangay ng pamahalaan, ang Palasyo ng Malacañang, Kongreso, at Korte Suprema.

Ang NCR ay sentro ng edukasyon. Nangunguna ang Pambansang Punong Rehiyon sa malalaki at mahuhusay na paaralan sa bansa. Maraming mag-aaral ang pumapasok at nagpapakadalubhasa sa iba't ibang larangan ng edukasyon sa Unibersidad ng Sto. Tomas, Pamantasan ng Pilipinas, Ateneo de Manila, De La Salle University, Philippine Normal University, Pamantasan ng Lungsod ng Maynila, at marami pang iba. Maraming pamantasan at kolehiyo ang matatagpuan sa distrito ng Sampaloc sa Lungsod ng Maynila. Ito ang dahilan kung kaya tinawag itong university belt.

Ang NCR ay sentro ng relihiyon. Matatagpuan sa Kamaynilaan ang iba't ibang sambahan upang matugunan ang ispiritwal na pangangailangan ng mga tao sa rehiyon. Nasa Intramuros, Maynila ang San Agustin Church at ang Manila Cathedral. Ang Sto. Domingo Church ay matatagpuan sa Lungsod ng Quezon. Mayroon ding pook-sambahan ang mga Pilipinong Muslim na makikita sa Quiapo, Maynila. Matatagpuan naman sa Diliman, Lungsod ng Quezon ang pinakamalaking sambahan ng Iglesia ni Cristo. Matatagpuan din sa Kalakhang Maynila ang sambahan ng ibang relihiyon sa bansa.

Ang NCR ay sentro ng kalakal at industriya. Ang mga produktong nanggagaling sa iba't ibang panig ng bansa ay dinadala sa mga pamilihan ng Baclaran, Quiapo, Cubao, Makati, Mandaluyong, at iba pang palengke sa mga lungsod at bayan. Pinupuntahan ng mga tao ang mga lugar na nabanggit upang mamili ng kanilang pangangailangan sa araw-araw. Dito rin matatagpuan ang mga malalaking mall na punung-puno ng mga taong namimili. Kabilang dito ang SM, Robinsons, Shangri-la, Greenhills Shopping Center, Greenbelt Shopping Center, Glorieta, at marami pang iba.

二 对话 Usapan[①]

Katrina和Ben在等红绿灯过马路。

K: Katrina　B: Ben

B: Puwede na tayong tumawid ng daan. Dilaw na ang ilaw.

K: Hindi pa puwede. Pag dilaw ang ilaw-trapiko, ang ibig sabihin, maghintay.

B: Hayan, nagpalit na ang ilaw. Pula na ngayon. Kailangang huminto ang mga sasakyan.

K: Tama. At ang mga taong tatawid ay maaari nang tumawid ng daan. Halika na.

B: Kaya lang, naiwan na tayo ng bus.

K: Hindi na bale. Kahit naiwan tayo ng bus, hindi naman tayo nasagasaan,

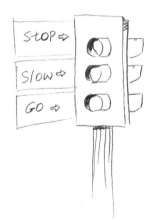

---

① *Let's Converse in Filipino*, pp.69-70.

nabunggo ng sasakyan, o naaksidente. Mabuti na ang nag-iingat.
B: May katwiran ka, Katrina.

三 单词表 Talasalitaan

nasasakupan	（被）占领 (r.w. sakop)
suliranin	问题 (r.w. sulid)
kinakaharap	正在面对(r.w. harap)
malunasan	解决、治疗 (r.w. lunas)
ipatutupad	实施、施行 (r.w. tupad)
kautusan	法令、命令 (r.w. utos)
hangganan	边界、界限 (r.w. hanggan)
umaagos	流淌 (r.w. agos)
tanggapan	办公室 (r.w. tanggap)
sangay	（机构的）分支
larangan	领域 (r.w. larang)
matugunan	回应 (r.w. tugon)
kalakal	商业、贸易
panig	方面、部分
nabanggit	提及、提到 (r.w. banggit)
tumawid	穿过、横穿 (r.w. tawid)
ilaw-trapiko	红绿灯
nagpalit	变换 (r.w. palit)
naiwan	（被）丢下、抛弃、遗留 (r.w. iwan)
nasagasaan	（被）碾过 (r.w. sagasa)
nabunggo	（被）碰撞 (r.w. bunggo)
nag-iingat	小心 (r.w. ingat)

第十三课　国家首都区 NCR

Aralin 13　Ang Pambansang Punong Rehiyon o NCR

四　注释　Tala

课文注释

1. Ang **Pambansang Punong Rehiyon** o Kalakhang Maynila ay binubuo ng labintatlong lungsod at apat na bayan o munisipalidad.

    菲律宾的国家首都区（National Capital Region，NCR）有多种说法：

    (1) Pambansang Punong Rehiyon 国家首都区

    (2) Kalakhang Maynila 大马尼拉区

    (3) Kamaynilaan 大马尼拉区

    例句：Naitatag ang National Capital Region o **Pambansang Punong Rehiyon** sa bisa ng espesyal na batas.

2. Ang isang Metropolis ay may panggitnang lungsod **kabilang** ang mga munisipalidad na nakapaligid na may sariling pamahalaang lokal.

    kabilang的词根为bilang（数字），意为：

    (1) 在……之中，是……的一员，属于

    例句：**Kabilang** siya sa mga nagkasala.

    (2) 包括

    例句：Ang gastos ay 500 pesos **kabilang** na ang pabuya.

3. Maraming mag-aaral ang pumapasok at **nagpapakadalubhasa** sa iba't ibang larangan ng edukasyon sa Unibersidad ng Sto. Tomas, Pamantasan ng Pilipinas, Ateneo de Manila, De La Salle University, Philippine Normal University, Pamantasan ng Lungsod ng Maynila, at marami pang iba.

    nagpapakadalubhasa的词根为dalubhasa（专家），动词原形为magpakadalubhasa，意为在某方面成为专家，引申为在某方面变得娴熟。

例句：Siya ay pupunta sa Amerika upang **magpakadalubhasa** sa pagtistis.

对话注释

1. Pag dilaw ang ilaw-trapiko, ang **ibig sabihin**, maghintay.

    ibig sabihin是固定短语搭配，指"意思是……""换句话说……"。

    例句：Ano ang **ibig sabihin** mo?

2. **Halika** na.

    halika源于hali（来），与ka（你）结合而成，意为"过来"。复数为halikayo。

    例句：**Halika na** sa Pilipinas!

3. May **katwiran** ka, Katrina.

    katwiran词根为tuwid（直的，直接的），意为"推理、逻辑、常识"。

    例句：May **katwiran** ang kanyang sinasabi.

    Iyan ay hindi alinsunod sa **katwiran**.

五　语法　Balarila

ka-an的用法

1. 形容词加ka-an，变为名词。原形容词末尾如果是元音，有时加ka-han。原形容词末尾如果是d，遇到-an时，d要变成r。末尾若果是o，遇到-an时，o要变成u。如：

    patag（adj. 平的）–kapatagan（n. 平原）

    laki（adj. 大的）–kalakihan/kalakhan（n. 广大、伟大）

    galit（adj. 气愤的）–kagalitan（n. 愤怒）

tipid（adj. 节俭的）–katipiran（n. 节俭）

ligaya（adj. 快乐的）–kaligayahan（n. 快乐）

2. 名词加ka-an，仍是名词，意思上更抽象，所指范围更广。如：

tindi（n. 强烈）–katindihan（n. 强烈）

Maynila（n. 马尼拉）–Kamaynilaan（n. 大马尼拉区）

Tagalog（n. 他加禄人、他加禄语）–Katagalugan（n. 他加禄地区、他加禄人居住的地区）

3. 词根的重复。

(1) 重复词根用于强调，之间需要加上连字符，有时重复的是部分词根。如：

unti-unti   malamig-lamig

dahan-dahan   maliit-liit

labis-labis   pare-pareho

(2) 年、月、周、日等词语重复后的意思变为每年、每月、每周、每日。如：

taun-taon   buwan-buwan   linggu-linggo   araw-araw

六 练习 Pangkasanayan

1. 课文练习

(1) 使用括号中的单词将下列汉语译成菲律宾语。

① 他在老房子里发现了一些书，还有日记。(kabilang)

② 离开大学之后你想去哪里深造？(magpakadalubhasa)

③ 星期六的藤球比赛中谁夺冠了？(manguna)

④ 你还记得我昨天跟你提到过的Tina吗？(mabanggit)

(2) 选出正确的答案。

① Ilang lungsod at munisipalidad ang bumubuo ng NCR?

   a. 5 lungsod at 12 munisipalidad

   b. 13 lungsod at 4 munisipalidad

   c. 12 lungsod at 12 munisipalidad

② Saan matatagpuan ang pinakamalaking sambahan ng Iglesia ni Cristo?

   a. Pasay   b. Maynila   c. Lungsod ng Quezon

③ Bakit tinawag na Kosmopolitan ang Kalakhang Maynila?

   a. Dahil ang mga taong naninirahan sa rehiyon ay nagmula sa iba't ibang rehiyon.

   b. Ang mga taong naninirahan sa NCR ay nanggagaling sa iisang lugar lamang.

   c. Dahil ang rehiyon ay isang pook urban.

④ Paano nakatutulong ang Kalakhang Maynila sa pagsulong ng bansa?

   a. Dito nagaganap ang mahahalagang pangyayari sa larangan ng ekonomiya, lipunan, pulitika, pangkabuhayan, at kultura.

   b. Ang rehiyon ay sentro ng industriya at kalakalan.

   c. Ang A at B ay parehong tama.

2. 对话练习

   两人为一小组进行情景对话，要求把ibig sabihin, halika na, may katwiran ka三个词组编进对话。

第十三课　国家首都区 NCR
Aralin 13　Ang Pambansang Punong Rehiyon o NCR

3. 语法练习

(1) 把下列形容词加 ka-an，并造句。

① kulang—_____

② dakila—_____

③ tapos—_____

④ hirap—_____

(2) 根据重复词根的规律，体会下列句子的意思，并译成中文。

① Kanya-kanya silang dala ng damit.

② Tayu-tayo lamang ang inanyayahan sa pagdiriwang.

③ Susun-suson ang mga damit niya.

七　课后阅读　Gawain sa Bahay

Mga Natatanging Pook at Pasyalan sa NCR[①]

　　Moog ng kasaysayan ang Intramuros. Dito nanirahan ang mga Español. Ang Intramuros ay tinawag na Walled City dahil itinayo rito ng mga Español ang matibay na bakod na yari sa bato.

　　Makikita rin ang Fort Santiago sa bunganga ng Ilog Pasig. Dito ikinulong si Jose Rizal ng mga Español. Sa loob ng selda habang siya'y nakakulong ay sinulat ni Rizal ang Mi Ultimo Adios o Huling Paalam.

　　Ang kahabaan ng Roxas Boulevard sa Lungsod ng Maynila ay isang magandang pasyalan sa umaga at sa dapithapon. Makikita rito ang paglubog

---

① 选编自 *Pilipinas: Bayan Ko 4*, pp.122-123.

ng araw sa Manila Bay na itinuturing na isa sa pinakamagandang tanawin sa Pilipinas.

　　Makasaysayan din ang Luneta Park. Ito ang dating Bagumbayan at dito binaril ng mga Español si Dr. Jose Rizal noong Disyembre ika-30, 1896. Matatagpuan ito sa Lungsod ng Maynila.

第十四课　菲律宾民族的起源
Aralin 14　Ang Simula ng Lahing Pilipino

一　课文　Testo[①]

Ang Pinagmulan ng mga Unang Pilipino

Hindi tiyak at maliwanag ang mga teoryang inilabas ng mga arkeologo tungkol sa pinagmulan ng Pilipino dahil may kanya-kanya silang paliwanag o salaysay batay sa kanilang pagsasaliksik at pagsisiyasat sa mga naiwang labi at kasangkapan ng unang panahon.

May tatlong teorya tungkol sa pinagmulan ng mga unang Pilipino. Ang unang teorya ay ang kay Henry Otley Beyer, isang bantog na antropologong Amerikano at nakapag-asawa ng isang Pilipino. Ayon sa kanyang teorya, may tatlong pangkat ng tao na dumating sa bansa galing sa kontinente ng

---

① 选编自 *Pilipinas: Bayan Ko 4*, pp.222-225.

Asia. Ang unang pangkat ay ang mga Negrito o mga Ita na nakarating sa bansa sa pamamagitan ng lupang tulay. Pagkalipas ng ilang daang taon lumubog ang tulay na lupa at napahiwalay ang Pilipinas sa kontinente ng Asia. Pangalawang dumating ang mga Indones na nakarating sa bansa sa pamamagitan ng paglalayag sakay ng bangka. Sinundan pa ang mga Indones ng mga Malay sakay ng sasakyang dagat na tinawag nilang balangay.

Ang mga Ita o Negrito

Nakarating ang mga Ita sa Pilipinas mula sa kontinente ng Asia at dumaan sa Borneo sa pamamagitan ng lupang tulay mga 12,000 hanggang 15,000 taon na ang nakalilipas. Tinawag din silang pygmy dahil sila'y maliliit. Kulot na kulot ang kanilang mga maiikling buhok at pango ang ilong nila. Maiitim ang kanilang balat at sila'y pandak.

Palipat-lipat ng lugar ng tirahan ang mga Ita upang maghanap ng pagkain. Nabubuhay sila sa pamamagitan ng pangangaso, pangingisda, at pangangalap ng mga bungang-kahoy at halamang-ugat. Busog at palaso ang gamit mula sa panghuhuli ng mga hayop sa kagubatan.

Wala silang panulat, sining, agham, pamahalaan, at batas. Nang lumubog ang lupang tulay, naiwan ang mga Ita sa bansa at tuluyan na silang nanirahan sa kapuluan. Sila ang itinuturing na ninuno ng mga Ati, Ita, Baluga, Agta, o Dinagat.

Ang mga Indones

Nakarating sa Pilipinas ang mga Indones lulan ng bangka. Mula sa timog Asia mahigit 5,000 taon na ang nakalilipas.

Dalawang pangkat ng mga Indones ang nakarating sa bansa sa pamamagitan ng paglalayag. Ang unang pangkat ay matatangkad,

Aralin 14 Ang Simula ng Lahing Pilipino

balingkinitan ang katawan, mahaba at makitid ang mukha, at maputi ang kanilang balat. Ang kanilang kasuotan ay mula sa pinalapad na balat ng puno. Nilalagyan nila ito ng iba't ibang disenyo. Ang kanilang mga bahay ay patulis ang bubong na katumbas ngayon ng bahay-kubo na yari sa nipa. Ang iba ay nakatira sa itaas ng puno.

Ang ikalawang pangkat ay dumating pagkalipas ng 2,500 taon mula sa Indo-China at Timog China. Kabaligtaran sa katangian ng unang pangkat ang ikalawang pangkat dahil matipuno ang kanilang pangangatawan, mas maliliit, malalaki ang ilong, at makakapal ang labi.

Mas nakakaangat ang pamumuhay ng mga Indones kaysa mga Ita. Nakagagawa sila ng apoy upang lutuin ang pagkain sa pamamagitan ng pagkiskis ng dalawang bato o dalawang putol na kawayan. Sila'y ngumunguya ng bunga o nagnganganga upang uminit ang katawan lalo na kapag malamig ang panahon.

Gumagamit sila ng sandatang tulad ng pana, sibat, kalasag, sumpit, at kutsilyo mula sa pinatulis na bato at kahoy.

Sinasabing ang mga inapo ng pangalawang pangkat ng mga Indones na nakarating sa bansa ay ang mga pangkat etniko na kinabibilangan ng Kalinga, Igorot, Ilongot, Apayao, Gaddang, Tagbanua, Manobo, Bilaan, Bagobo, at Tiruray.

Ang mga Malay

Sinasabing may tatlong yugto ng pangkat ng mga Malay ang dumating sa Pilipinas. Ang una ay sa pagitan ng 300 B.C. at 100 A.D. mula sa Malay Peninsula. Sila'y naglayag patungong Borneo at Celebes at nakarating sa Luzon paraan sa Palawan at Mindoro. Ang iba ay nakarating sa Mindanao at Visayas at dumaan pa mula sa Dagat Celebes. Higit na maunlad ang kalinangan nila sa mga Indones. Gumagamit sila ng mga kasangkapang yari sa bato at mga tansong dilaw. May kaalaman sila sa paggawa ng irigasyon, upang may patubig sa kanilang sakahan. Pinatunayan ng mga sinaunang Pilipino ang kakayahang ito nang gawin nila ang Hagdan-hagdang Palayan o payo sa Banaue. Ipinapalagay na sila ang mga ninuno ng mga Bontok, Kalinga, Ilongot at iba pang pangkat-etniko sa Hilagang Luzon.

Ang pangalawang yugto ay dumating sa bansa noong ika-labintatlong dantaon. Mas higit ang kalinangan nila kaysa unang dumating. Mayroon silang sariling alfabeto. Ang mga inapo nila ay yaong mga naninirahan sa kapatagan ng mga Kristiyanong Pilipino. Kabilang ang mga Bisaya, Tagalog, Bicolano, Kapampangan, at iba pa. Sila'y nakarating sa Pilipinas sakay ng bangka na tinawag nilang balangay. Ang kanilang pamayanan ay tinawag nilang barangay.

Ang panghuling yugto ng mga Malay na dumating sa bansa ay ang mga ninuno ng mga Muslim sa Mindanao at Sulu. Nakarating sila sa Pilipinas sa pagitan ng labing-apat at labinlimang dantaon.

Maunlad ang kalinangan ng mga Malay kaysa mga Ita at mga Indones. Ang kanilang kasuotan ay yari sa seda at bulak. Mayroon silang inilalagay na mga palamuti sa katawan tulad ng alahas na ginto.

二 对话 Usapan[①]

Tenorio先生和他的夫人在长滩岛（Boracay）度假。
T: Mr. Tenorio   A: Asawa ni Tenorio

A: Napakaganda ng islang ito. Naiinggit ako sa mga nakatira rito.

---

① *Let's Converse in Filipino*, pp.112-113.

第十四课　菲律宾民族的起源
Aralin 14　Ang Simula ng Lahing Pilipino

T: Gusto ko ang klima. At sariwa ang hangin. Hindi maalikabok.

A: At malapit sa dagat. Araw-araw, puwede kang maglakad sa dalampasigan.

T: May mga islang malapit dito na puwede nating pasyalan. Gusto kong makita ang mga plantasyon ng pinya, saging, goma, at kape.

A: Bakit hindi tayo pumasyal doon?

T: Balak ko ngang umupa ng lantsa. Libutin natin ang ibang pulo.

A: Payag ako. Ang ayoko lang puntahan ay gubat o disyerto.

T: Huwag kang mag-alaala. Hindi kita dadalhin sa disyerto dahil napakainit. Lalong hindi tayo pupunta sa gubat dahil mapanganib.

A: Di tayo na sa ibang pulo.

三　单词表　Talasalitaan

pinagmulan	来源 (r.w. mula)
salaysay	叙事体，报告，故事
pagsasaliksik	研究 (r.w. saliksik)
pagsisiyasat	调查 (r.w. siyasat)
kasangkapan	家具、工具 (r.w. sangkap)
bantog	著名的
nakapag-asawa	与……成为夫妻 (r.w. asawa)
pagkalipas	……（时间）之后 (r.w. lipas)

paglalayag	（船的）航行 (r.w. layag)
kulot	卷曲的
pango	短而扁
pandak	矮
palipat-lipat	不断迁徙 (r.w. lipat)
nabubuhay	维持生计 (r.w. buhay)
pangangaso/pangingisda	捕猎/打渔 (r.w. aso/isda)
busog	弓
palaso	箭
agham	科学
lulan	乘坐
kapuluan	群岛 (r.w. pulo)
makitid	狭窄的 (r.w. kitid)
itinuturing	被认为，被看作 (r.w. turing)
balingkinitan	修长的
kabaligtaran	相反的一面
matipuno	强健的
nakakaangat	高级的 (r.w. angat)
ngumunguya	嚼 (r.w. nguya)
nagnganganga	张开嘴 (r.w. nganga)
pana	弓箭
sibat	矛
kalasag	盾
sumpit	吹箭筒
inapo	子孙后代
kinabibilangan	包括 (r.w. bilang)
yugto	部分
pinatunayan	被……证明 (r.w. tunay)

第十四课　菲律宾民族的起源
Aralin 14　Ang Simula ng Lahing Pilipino

kalinangan	文化 (r.w. linang)
palamuti	装饰
seda	丝绸
naiinggit	嫉妒 (r.w. inggit)
maalikabok	充满灰尘的 (r.w. alikabok)
dalampasigan	海岸
pasyalan	散步 (r.w. pasyal)
umupa	租 (r.w. upa)
lantsa	摩托艇
payag	赞同，同意

四　注释　Tala

课文注释

1. Pangalawang dumating ang mga Indones na nakarating sa bansa sa **pamamagitan ng** paglalayag **sakay ng bangka**.

   (1) sa pamamagitan ng 为固定词组，意为"通过……"。

   例句：Naayos ang alitan sa **pamamagitan ng** Pangulo.

   (2) 介词词组 sakay ng 意为"乘坐……"，后通常接交通工具。

   例句：Araw-araw pumupunta ako sa opisina **sakay ng** bus.

   (3) bangka 是一种菲律宾独有的船，船身狭长，为了保持平衡，船体两边有伸展出来的侧翼，整体形似螃蟹，故称作螃蟹船。

2. Sila ang **itinuturing** na ninuno ng mga Ati, Ita, Baluga, Agta, o Dinagat.

   itinuturing 意为"被认为，被看作"，词根为 turing，加 i- 词缀变成此种形式，可以作为动词，也可放在句中后接 na 作为形容词。

例句：**Itinuturing** siyang pinakamagaling na estudyante sa klase.

3. Ang kanilang mga bahay ay patulis ang bubong na **katumbas** ngayon **ng bahay-kubo** na yari sa nipa. Ang iba ay nakatira **sa itaas ng** puno.

    (1) katumbas ng是固定词组，意为"正如……一样、等同于、相当于"，近义词有kapareho ng/tulad ng。

    (2) bahay-kubo是菲律宾乃至东南亚特有的一种高脚屋，用棕榈叶做成尖尖的屋顶，四根柱子支撑房屋主体。

    (3) yari sa是固定词组，意为"用……做成的"。

    (4) sa itaas ng是固定词组，意为"在……上面"。反义词sa ibaba ng。

4. **Mas nakakaangat** ang pamumuhay ng mga Indones **kaysa** mga Ita.

    (1) mas...kaysa/kay/sa...用在句中表示比较。kay后面接人名。

    例句：**Mas** matangkad si Paul **kay** Cris.

    (2) nakakaangat意为"高级的"，词根为angat，在句中加maka-词缀变成形容词。

5. Pinatunayan ng mga sinaunang Pilipino ang kakayahang ito **nang** gawin nila ang Hagdan-hagdang Palayan o payo sa Banaue.

    nang表示两个动作的并列，并且这两个动作相互联系，后接动词原形，可译成"当……"。

    例句：**Nang** sabihin niya iyon ay nagalit ako.

对话注释

1. Bakit hindi tayo pumasyal doon?

    hindi/wala/huwag等引导的否定句，如果主语是代词，要将其前置，放于主要动词之前。

    例句：Hindi ako pupunta sa iyong lugar.

第十四课　菲律宾民族的起源

Aralin 14　Ang Simula ng Lahing Pilipino

2. Hindi **kita** dadalhin sa disyerto dahil napakainit. **Lalong hindi** tayo pupunta sa gubat dahil mapanganib.

(1) kita是ko ka的缩写。

(2) lalong hindi意为"更不会……"，lalo na意为"特别是……"。

例句：Mahina siya sa kanyang pag-aaral, **lalo na** sa Ingles.

五　语法　Balarila[①]

1. ma-/maka-/-in-/pala-...：一些诸如此类的词缀加上适当的词根就变成了一个形容词。一些词根本身就是一个形容词，可以直接放在句子当中。

(1) ma-词缀是最常见的形容词词缀，例如课文中出现的maliwanag（清楚的），词根liwanag为"光亮"之意、maikli（短小的）、matangkad（高大的），用来形容身高等。

(2) maka-词缀一般用作动词词缀，但在一些情况下被用作形容词词缀，表示对某物有爱好。例如：makabayan意为"爱国的"，makabago意为"喜新的"，甚至有maka-Ateneo意为"热爱雅典耀的"[②]。

(3) -in-词缀较为常见，可以用于表示动词的被动用法，也可以被用作形容词，意为"被……的"。例如：sinabi可以表示"被说到的……"，pinatulis则是"被削尖的……"。

(4) pala-加上适当词根表示被形容的事物具有一种习惯性。如palabiro意为"爱讲笑话的"，palaaway意为"爱挑衅的"。

---

① Ronan B. Capinding, *Ikaw at ang Kawili-wiling Wika*, Quezon City, Mataas na Paaralang Ateneo, 2002, p.44.

② Ateneo 全称为 Ateneo de Manila University，中文译为"雅典耀大学"，是菲律宾的一所知名高等学府。

(5) 还有一些词根本身即是形容词性，可以直接放在句子当中，后接-ng或者na。例如文中出现的：pandak/balingkinitan/bantog…

2. 形容词被用来修饰名词使得句子更为优美，同样地，一定程度上使用适当的副词能够使得句子更加形象生动。

(1) 副词引导动词，通常将一些形容词直接修饰动作，一般表示动作的某种性质。

例句：Biglang nagtatakbo sa kalsada si Jay.

Mabilis na itinapon sa tambakan ang basura.

(2) 副词引导形容词，一般表示某种程度。

例句：Talagang maganda ang kuwentong ito.

Lubhang masagana ang ani ngayon.

(3) 副词引导副词。

例句：Tunay na madaling kausapin si Sanchez.

Tila magaling humawak ng kaso ang abogado.

六　练习　Pangkasanayan

1. 课文练习

使用括号中的单词或词组，将下列句子译成菲律宾语。

(1) 通过自己的努力，他获得了工作。(sa pamamagitan ng)

(2) 居住在那里的人不是很多。(naninirahan)

(3) 这就是我提过的那些观点。(itinuturing)

(4) 他们的衣服是由丝绸和棉花做成的。(yari sa)

(5) 我比他更能够适应这份工作。(mas...kaysa...)

第十四课　菲律宾民族的起源
Aralin 14　Ang Simula ng Lahing Pilipino

(6) 当妈妈进来的时候我正在给她打电话。(nang)

2. **语法练习**

(1) 在下列句子中的空白处加上适当的副词表示不同的意思。

① Ang ama ay _____ nagbilin sa anak.

　Ang ama ay _____ nagbilin sa anak.

　Ang ama ay _____ nagbilin sa anak.

② _____ pumukpok ang karpintero.

　_____ pumukpok ang karpintero.

　_____ pumukpok ang karpintero.

③ Ang kaban ay _____ inihulog sa hukay.

　Ang kaban ay _____ inihulog sa hukay.

　Ang kaban ay _____ inihulog sa hukay.

④ Ang basang bata ay _____ pinasukob sa payong ng ale.

　Ang basang bata ay _____ pinasukob sa payong ng ale.

　Ang basang bata ay _____ pinasukob sa payong ng ale.

(2) 通过加入适当的副词，扩展如下几个句子。

① Ipinikit ko ang aking mga mata.

② Nakinig kami sa salaysay ng bagong dating.

③ Lumubog ang barko nang maraanan ng bagyo sa laot.

④ Ang telebisyon ay binuksan at nanood sila ng palabas.

⑤ Kumakain ng sorbetes ang mag-anak.

⑥ Bumagsak sa lapag ang bato at nabasag.

(3) 加入适当的形容词完成句子。

① Sino ang nagsulat ng _____ salawikain sa pisara?

② Ang pusod ng buhok niya ay _____.

③ Nagbigay siya ng mga _____ damit sa mga biktima ng bagyo at baha.

④ Ang karne ay _____ pa hanggang ngayon.

⑤ Ang _____ ng sahig ninyo.

⑥ _____ ang kutsinta at puto.

3. 口语练习[①]

熟读下面的对话。

妈妈想让玛利亚去帮她买些东西。

Nanay: Bumili ka ng isang kilong baboy at dalawang kilong baka sa palengke.

Maria: Opo, Nanay.

Nanay: Pagkatapos, dumaan ka sa groseri. Bumili ka ng sopas sa lata, arina, at mantika.

Maria: Nanay, bibili ako ng panregalo sa kaarawan ni Ruth sa department store. Uunahin ko munang bumili ng panregalo.

Nanay: Siya, sige. Pero huwag kang magtagal. Magluluto ako at pagkatapos, iiwan muna kita rito sa bahay.

Maria: Saan kayo pupunta?

Nanay: Sa punerarya. Ililibing ang ama ng kaibigan ko. Makikipaglibing ako.

[①] *Let's Converse in Filipino*, pp.114-115.

第十四课　菲律宾民族的起源
Aralin 14　Ang Simula ng Lahing Pilipino

Maria: Saan ang libing, Nanay?

Nanay: Sa North Cemetery.

Maria: Idadaan pa ba ang libing sa simbahan?

Nanay: Oo. Kaya lumakad ka na agad. Pag nakita mo si Ruben sa palaruan, pauwiin mo na.

Maria: Oho.

七　课后阅读　Gawain sa Bahay①

Mga Di-materyal na Bahagi ng Katutubong Kultura

Ang ating mga ninuno ay may sariling pamamaraan ng pamumuhay. Natutuhan nilang iangkop ang uri ng kanilang pamumuhay sa kanilang kapaligiran. Binubuo ang di-materyal na kultura ng mga kaugalian, paniniwala, wika, relihiyon, pamahalaan, edukasyon at sining. Kabilang din dito ang panitikan, musika, at mga pagpapahalaga ng mga Pilipino.

Musika

Ang ating mga ninuno ay mahilig sa musika. Ang mga awit nila ay kaugnay ng kanilang buhay at mga gawain. Nagpapahayag ito ng iba't ibang pangyayari tulad ng pagwawagi (tagumpay), pagpapatulog ng bata (hele o uyayi), panliligaw (talindaw), kasal (ihiman), at digmaan (kumintang).

Nakagawa rin sila ng iba't ibang instrumentong pangmusika tulad ng kudyapi, tambuli, gangsa, pluta at iba pa. Ang tambuli ay gawa mula sa sungay na binutasan na kapag hinipan ay tumutunog. Ang kudyapi naman

---

① 选编自 *Pilipinas: Bayan Ko 4*, pp.231-233.

ay katulad ng isang gitara na pahaba at may dalawang kwerdas.

Pamahalaan

Barangay ang tawag sa pamahalaan ng ating mga ninuno. Ang salitang barangay ay mula sa salitang Malay na balangay. Ito ang tawag sa bangkang sinakyan ng mga Malay nang pumunta sila sa Pilipinas.

Ang bawat barangay ay binubuo ng 30 hanggang 100 mag-anak. Datu ang tawag sa pinuno ng barangay. Tungkulin ng datu na pamahalaan ang kanyang nasasakupang barangay. Ang mga batas na itinakda ay kanyang ipinatutupad. May kaparusahan sa mga nagkakasala at sa mga hindi sumusunod sa utos ng datu.

Ang datu o raha ang gumagawa ng batas. Katulong niya sa paggawa ng batas ang mga lupon ng matatanda ng barangay. Ang mga batas na itinakda ng datu ay ipinapaalam sa lahat ng nasasakupan sa pamamagitan ng umalahokan, ang tagapagbalita sa barangay.

Naipapamana sa mga anak ang pagiging datu. Kung walang tagapagmana ay saka lamang pipili ng panibagong datu. Ang mapipiling datu ay kailangang matalino, malakas, at may kayamanan.

Relihiyon

Ang pagsamba kay Bathala ay bahagi ng pamumuhay ng ating mga ninuno. Si Bathala ang kinikilala ng mga ninuno na lumikha ng langit at lupa.

Iba't iba ang pinaniniwalaan ng ating mga ninuno. Bukod sa Bathala, pinaniniwalaan din nila ang ibang panginoon. Naniniwala sila sa mga ispiritu at diwata sa kanilang paligid. May sarili silang katawagan sa mga ispiritu o diyos. Si Magwayen ang diyos na nagdadala ng mga patay sa kabilang daigdig, Sidapa ang diyos ng kamatayan, Ikapati ang diyosa

Aralin 14 Ang Simula ng Lahing Pilipino

ng kalikasan, Dian Masalanta ang diyosa ng pag-ibig, Agni ang diyos ng apoy, at Mandarangan ang diyos ng digmaan.

Ang paniniwala nila ay bahagi ng kanilang buhay ang mga anito o ispiritu. Naniniwala silang bawat nilalang ay may ispiritu. Ito ang dahilan kung kaya sinasamba nila ang kalikasan tulad ng mga puno, araw, buwan, at mga bagay sa paligid.

Gumagawa sila ng mga rebulto at iba't ibang idolo o anito na yari sa kahoy, bato, at ginto. Dinadasalan nila ang mga ito at inaalayan ng sari-saring pagkain. Naniniwala silang mabibigyan sila ng kanilang mga kahilingan, tulad ng masaganang ani at kagalingan sa kanilang mga karamdaman.

第十五课　美国统治时期菲律宾的社会文化变革

Aralin 15　Mga Pagbabago sa Kultura at Lipunan sa Panahon ng mga Amerikano

一　课文　Testo[①]

Sa loob ng 49 na taong pamamalagi ng mga Amerikano sa Pilipinas, maraming impluwensya sa pamumuhay ng mga Pilipino ang nabago at nakaapekto sa ating kultura.[②]

Edukasyon

Nagkaroon ng pagkakataon ang mga Pilipinong makapag-aral nang itatag ng mga Amerikano ang mga paaralang pang-elementarya,

---

① 选编自 *Pilipinas: Bayan Ko 5*, pp.214-218.

② 选编自 *Pilipinas: Bayan Ko 4*, p.285.

pansekongdarya, at pangkolehiyo. Nagtatag din ng mga paaralang bokasyonal, pansakahan, at pangangalakal. Nang sumapit ang 1935, umabot na sa 7,330 paaralang pambayan ang naipatayo. Ilan sa mga paaralang itinatag sa panahon ng mga Amerikano ang Philippine Normal School (1901, ngayo'y Philippine Normal University), National University (1901), Silliman University (1901), Centro Escolar University (1907), Unibersidad ng Pilipinas (1908), Philippine Women's University (1919), at Far Eastern University (1933). Maraming Pilipino ang natutong bumasa at sumulat sa Ingles. Ang ilang natatangi ang talino ay ipinadala bilang iskolar sa United States upang magpakadalubhasa. Tinawag silang pensyonado dahil ang pamahalaan ang gumastos para sa kanilang pag-aaral. Bilang kapalit, ang mga pensyonado ay pinagtrabaho sa mga tanggapang pampamahalaan.

Dahil sa magka-Amerikanong edukasyon, lumaganap ang kulturang *Amerikano* sa prosesong tinatawag na Amerikanisasyon. Natabunan ang kulturang kinagisnan at ang bawat nagsipagtapos sa mga pampublikong paaralan ay naging *munting kayumangging Amerikano*, na utak kolonyal: tumitingala sa anumang dayuhan; mahilig sa imported; napapatanga sa marunong mag-Ingles; at ang pinakamataas na mithiin ay makarating sa United States.

Wika

Naging susi sa edukasyong Amerikano ang pagtuturo sa wikang Ingles. Sa pagbabago ng wika ay nabago rin ang hugis at tunguhin ng kaisipan ng mga Pilipino. Naging malaganap ang paggamit ng wikang Ingles sa buong kapuluan. Sapilitan ang pag-aaral ng Ingles dahil ito ang ginamit na wikang panturo sa mga paaralan, opisyal na wika ng pamahalaan, at wika sa mga transaksyong komersyal. Naging bahagi ng pang-araw-araw na talastasan ang ilang salitang Ingles na nang lumaon ay naging bahagi na ng wikang Filipino. Ilan sa mga halimbawa nito ay ang mga salitang dyip, titser, basketbol, telebisyon, at hayskul.

Sining at Agham

Yumabong din ang sining ng pagpipinta, arkitektura, at iskultura. Kabilang sa mga mahuhusay na pintor sina Fernando Amorsolo, Victorio Edades, at Fabian de la Rosa. Kadalasang ang paksa ng kanilang mga ipininta ay ang mga tanawin sa bukid, at karaniwang pamumuhay. Nakilala naman sa larangan ng arkitektura sina Juan F. Nakpil, Juan M. Arellano, at Pablo S. Antonio.

Umunlad din ang larangan ng pananaliksik sa panahong ito. Nagkaroon ng mga pag-aaral sa pagsasaka at pagsugpo sa mga nakakahawang sakit gaya ng kolera, tigdas, at tuberkulosis.

Pananamit at Pagkain

Natuto ang mga lalaking magsuot ng mga pantalong may sinturon at suspender, kurbata, at polo shirt. Ang mga babae naman ay natutong magsuot ng maiikling damit, palda at blusa, *stockings*, at sapatos na may mataas na takong. Natuto rin silang maglagay ng kolorete o *makeup* sa kanilang mukha.

Ang mga Pilipino ay natutong kumain ng *sandwich, hamburger, hotdog, bacon, corned beef, oatmeal,* at iba pang pagkaing Amerikano.

Libangan, Musika at Sayaw

Nakagiliwan ng mga Pilipino ang pakikinig sa radyo, panonood ng mga pelikula sa sinehan, at pagtungo sa mga karnibal. Naging popular ang mga tugtuging *jazz* at *rock*. Natuto ring sumayaw ang mga Pilipino

第十五课 美国统治时期菲律宾的社会文化变革

Aralin 15 Mga Pagbabago sa Kultura at Lipunan sa Panahon ng mga Amerikano

ng *boogie*, *foxtrot*, *charleston*, at *rhumba*. Natuto rin ang mga Pilipino ng iba't ibang uri ng isport gaya ng *volleyball, basketball, baseball, billiards, bowling, at tennis.*

Kalagayan ng mga Kababaihan

Ang pagdating ng mga Amerikano ay nagbigay-daan sa pagkamulat ng mga kababaihan sa pagkakaroon ng pantay-pantay na karapatan ng mga lalaki at babae sa lipunan. Sila ay pinayagang pumasok sa mga paaralan at maging propesyonal. Nagkaroon ng mga babaeng nakapagtapos sa kursong medisina, abogasya, at inhenyeriya na pawang itinuturing na panlalaki lamang sa panahon ng mga Español. Binigyan din sila ng karapatang bumoto at maihalal bilang opisyal ng pamahalaan. Malaya rin silang lumahok sa isports, negosyo, at mga gawaing panlipunan.

二 对话 Usapan[①]

Blair和Serena正在谈论她们的一个好朋友。

B: Blair   S: Serena

B: Alam mo ba isang hukom na si Chuck?

S: Nabalitaan ko nga. Natutuwa ako at hukom na si Chuck. Maginoo, kagalang-galang, at matalino siya.

B: At higit sa lahat, makatarungan.

S: Tama ka. Mayaman pero mapagpakumbaba si Chuck. Hindi mayabang. Tahimik siya

---

① *Let's Converse in Filipino*, p.189.

pero mapagkakatiwalaan.

B: Dapat nga siyang maging hukom. Noong mga bata pa tayo, iyan na ang pangarap niya. Talagang ibig niyang maging hukom.

S: Natupad naman ang pangarap niya.

B: Ngayong hukom na siya, marami siyang matutulungang tao. Kung sabagay, matulungin at maawain siya.

三 单词表 Talasalitaan

pamamalagi	滞留，停留 (r.w. lagi)
bokasyonal	职业的，行业的 (Eng. vocational)
pansakahan	农耕的 (r.w. saka)
pangangalakal	贸易 (r.w. kalakal)
sumapit	到达 (r.w. sapit)
gumastos	支付 (r.w. gastos)
pensionado	领取退休金或补助金的人 (Eng. pensioner)
kapalit	作为替换的物品或人 (r.w. palit)
lumaganap	遍及 (r.w. laganap)
natabunan	埋没 (r.w. tabon)
kinagisnan	与生俱来的 (r.w. gising)
tumitingala	仰视 (r.w. tingala)
napapatanga	瞠目结舌 (r.w. tanga)
mithiin	理想，愿望
tunguhin	意向 (r.w. tungo)
malaganap	流行的，通用的 (r.w. laganap)
sapilitan	强制性的 (r.w. pilit)
talastasan	通告、熟知 (r.w. talastas)
lumaon	（随）时间推移 (r.w. laon)

第十五课 美国统治时期菲律宾的社会文化变革
Aralin 15 Mga Pagbabago sa Kultura at Lipunan sa Panahon ng mga Amerikano

yumabong	繁荣 (r.w. yabong)
pananaliksik	科研 (r.w. saliksik)
pagsasaka	农耕 (r.w. saka)
pagsugpo	抑制 (r.w. sugpo)
nakakahawa	传染性的 (r.w. hawa)
kolera	霍乱
tigdas	麻疹
tuberkulosis	结核病
sinturon	腰带 (Sp. cinturon)
kurbata	领带 (Sp. corbata)
takong	鞋跟
kolorete	胭脂、口红 (Sp. colorete)
nakagiliwan	喜爱 (r.w. giliw)
karnibal	狂欢 (Eng. carnival)
pagkamulat	有文化、训练有素 (r.w. mulat)
pinayagan	赞同、接受 (r.w. payag)
bumoto	投票选举 (r.w. boto)
abogasya	法学 (Sp. abogasya)
pawa	全、都、每个、每人
maihalal	被选为 (r.w. halal)
lumahok	参与 (r.w. lahok)
hukom	法官
maginoo	有绅士风度的
makatarungan	公正的 (r.w. katarungan)
mapagpakumbaba	谦逊的 (r.w. kumbaba)
mapagkakatiwalaan	值得信任的 (r.w. tiwala)
maawain	有同情心的 (r.w. awa)

四 注释 Tala

课文注释

1. Nagkaroon ng pagkakataon ang mga Pilipinong makapag-aral nang itatag ng mga Amerikano ang mga paaralang **pang**-elementarya, **pan**sekongdarya, at **pang**kolehiyo.

    pang 除了可以将词根名词化或形容词化，以表示工具、特殊用途、偏好之外，还可以表示序数关系。例：**pang**alawa（第二），**pang**atlo（第三），**pang**-apat（第四）。

    课文中的 pang-elementarya, pansekondarya, 和 pangkolehiyo 分别表示初级、中等以及高等（教育）。例：mga babasahing **pang**kolehiyo（大学读本）。

2. Nang **sumapit** ang 1935, umabot na sa 7,330 paaralang pambayan ang naipatayo.

    (1) sumapit 表示"到达（某一时间点或地点）"。

    例：**Sumapit** siya nang husto sa oras.

    (2) 课文中表示时间进程的词语还有 **lumaon**，意为"（随）时间推移"。

    例：Naging bahagi ng pang-araw-araw na talastasan ang ilang salitang Ingles na nang **lumaon** ay naging bahagi na ng wikang Filipino.

    例：**Nalaon** (Nagtagal) ang alitan ng dalawang pamilya.

    (3) 其他类似的表达还有 **ang/sa pagdating ng**，意为"（随着……的）到来"。

    例：**Ang pagdating ng** mga Amerikano ay nagbigay-daan sa pagkamulat ng mga kababaihan sa pagkakaroon ng pantay-pantay na karapatan ng mga lalaki at babae sa lipunan.

第十五课　美国统治时期菲律宾的社会文化变革

Aralin 15　Mga Pagbabago sa Kultura at Lipunan sa Panahon ng mga Amerikano

例：Ano ang ginagawa mo para makatipid **sa pagdating ng** Pasko?

对话注释

1. Ngayon hukom na siya, marami siyang **matutulungang** tao.

    matulungan表示"（有能力）帮助"。句子构成中接受帮助的一方充当主语成分，由ang/si引导。

    例：Paano ninyong **matulungan** ang mga biktima sa bagyo?

2. **Kung sabagay**, matulungin at maawain siya.

    kung sa bagay，固定搭配，表示轻微的让步语气。可以译为"实际上……/但不管怎么说……"。

    例：Dalhin mo na rin ang iyong kotse; **kung sa bagay** ay hindi naman kakailanganin.

五　语法　Balarila[①]

1. Ipa- 句型用来强调受动者，该类成分在句中充当主语，由ang/si引导。

    例：Ang ilang natatangi ang talino ay **ipinadala** bilang iskolar sa United States upang magpakadalubhasa.

    例：**Ipinadala** kay G. Santos ang mga libro.

2. Ipag- 句型用来强调动作的受益方，该类成分在句中充当主语，由ang/si引导。可以参照i-的用法来理解ipag-。

    例：**Ipaglaba** mo ang maysakit ng damit.

    例：**Ipinagluluto** nila ang kanilang lolo.

---

① 参考 *Balarila*, pp.96-99; *Modern Tagalog*, pp.57-59.

3. Pag-in/hin/an/han 句型用来强调动作发出的方向或所针对的对象，该类成分在句子中充当主语，由 ang/si 引导。

例：Bilang kapalit, ang mga pensyonado ay **pinagtrabaho** sa mga tanggapang pampamahalaan.

例：**Pinagsabihan** siya ng kanyang mga magulang.

例：**Pinagsarhan** namin siya ng kuwarto.

六 练习 Pangkasanayan

1. 课文练习

(1) 根据课文内容回答下列问题。[①]

① Ano ang Amerikanisasyon?

② Paano ginamit ng mga Amerikano ang edukasyon bilang kasangkapan sa proseso ng Amerikanisasyon?

③ Anu-ano ang mga katangian ng isang munting kayumangging Amerikano?

④ Anu-ano ang mga pagbabago sa kalagayan ng mga kababaihan sa panahon ng pananakop ng mga Amerikano?

---

① *Pilipinas: Bayan Ko 5*, p.219.

第十五课　美国统治时期菲律宾的社会文化变革
Aralin 15　Mga Pagbabago sa Kultura at Lipunan sa Panahon ng mga Amerikano

(2) 学习下面的词汇，并用其中若干词汇描述一位你熟知的人。①

salbahe, tamad, masunurin, matipid, gastador, mahinhin, magaslaw, bobo, malungkutin, matipuno, listo, maramdamin, madaldal, sinungaling, malupit, dalisay, mapagmahal, duwag, mapagkunwari

2. 语法练习

(1) 写出下列动词的过去时、现在时、将来时。

词根	原形	过去时	现在时	将来时
sabi	pagsabihan			
handa	ipaghanda			
linis	ipalinis			
takip	pagtakpan			

(2) 用不同的词缀改写句子，并体会各个词缀所强调的主体。②

① **Naglalagay** sila ng pagkain sa mga pinggan para sa mga pulis tuwing tanghali.

i-: _____

-an: _____

ipag-: _____

② **Naglaba** si Maria ng medyas sa lababo para sa anak niya noong Sabado.

-an: _____

pag-an: _____

ipag-: _____

---

① *Let's Converse in Filipino*, p.194.
② *Modern Tagalog*, p.60.

3. 口语练习

如果可以自由选择，你希望加入如下哪个国籍？与班上同学分享你的答案。

| Amerikano | Arabe | Español | Ingles |
| Tsino | Italyano | Pilipino | Iba pa |

七　课后阅读　Gawain sa Bahay[①]

Panitikan at Pamamahayag

Maraming mga Pilipino ang naging mahusay na manunulat sa wikang Ingles. Si Zoilo Galang ang unang Pilipinong nagsulat ng nobela sa wikang Ingles. Si Clemencia Colayco naman ang unang Pilipinang manunulat ng mga kuwento, samantalang si Fernando Maramag ang unang nakilalang makatang Pilipino sa Ingles.

Bagama't maraming nagsulat sa wikang Ingles, marami pa ring mga Pilipino ang nagpamalas ng kanilang kahusayan sa pagsusulat sa sariling wika. Ang mga taon mula 1905 hanggang 1921 ay tinaguriang *Ginintuang Panahon ng Nobelang Tagalog*. Kabilang sa mga nobelang nasulat sa panahong ito ang *Banaag at Sikat* ni Lope K. Santos, *Pinaglahuan* ni Faustino Aguilar, at *Ama* ni Lazaro Francisco. Nakilala rin ang mga makatang sina Jose Corazon de Jesus (Heseng Batute), Florentino Collantes, Amado V. Hernandez, at Alejandro G. Abadilla. Marami sa kanilang mga akda ang tumuligsa sa pananakop ng mga Amerikano sa Pilipinas.

Sa teatro, nakilala naman ang mga palabas na tinatawag na *zarzuela*. Ang *zarzuela* ay isang dulang may salitaan, awitan, at sayawan. Ilan

---

① 选编自 *Pilipinas: Bayan Ko 5*, pp.215-216.

第十五课　美国统治时期菲律宾的社会文化变革

Aralin 15　Mga Pagbabago sa Kultura at Lipunan sa Panahon ng mga Amerikano

sa mga mahuhusay na *zarzuela* sa Tagalog ay ang *Walang Sugat* ni Severino Reyes, *Tanikalang Ginto* ni Juan Abad, *Hindi Ako Patay* ni Juan Matapang Cruz, *Malaya* ni Tomas Remigio, at *Kahapon, Ngayon, at Bukas* ni Aurelio Tolentino. Dahil sariwa pa sa alaala ng mga manunulat na ito ang simulain ng rebolusyon, karaniwang tema ng mga naunang *zarzuela* ang pagmamahal sa bayan at ang paghahangad ng kalayaan mula sa mga Amerikano. Ngunit nang mauso ang pelikula mula Hollywood, unti-unting namatay ang *zarzuela* at nahilig ang mga tao sa panonood ng pelikulang Ingles.

Naging aktibo rin ang mga Pilipino sa pamamahayag. Ang unang pahayagang Amerikano sa Pilipinas ay ang *The American Soldier* na sinundan ng *Manila Times*. Nasundan pa ito ng *Independent*, ang unang lingguhang pahayagan. Nagkaroon din ng mga pang-araw-araw na pahayagan sa Tagalog at ang pinakapopular dito ay ang *Taliba*. Mayroon ding mga lingguhang babasahin gaya ng *Liwayway*. Noong 1942, nanalo si Carlos P. Romulo ng *Pulitzer Award* dahil sa kanyang kahusayan sa pamamahayag.

参考文献

Amado E. Borbon, *Pilipinas: Bayan Ko 4*, Makati: The Bookmark, Inc., 2004.

Apolonio C. Navarro, Jr., *Sining ng Komunikasyon 4*, Manila: National Bookstore Inc., 1978.

Clifford P. Esteban, *Pilipinas: Bayan Ko 5*, Makati: The Bookmark, Inc., 2004.

Ethel H. Estrella, *Pilipinas: Bayan Ko 1*, Makati: The Bookmark, Inc., 2004.

Galileo S. Zafra, *Gabay sa Editing sa Wikang Filipino*, Quezon: Unibersidad ng Pilipinas, 2004.

Laura V. Ocampo, *Pilipinas: Bayan Ko 2*, Makati: The Bookmark, Inc., 2004.

Leonida C. Plama, *Sining ng Komunikasyon 3: Balarila Pangmabababang Paaralan*, Manila: National Book Store Inc., 1978.

Ligaya C. Buenaventura, *Alpabeto ng Balarila 4*, Quezon: Phoenix Publishing House, Inc., 1998.

Ligaya C. Buenaventura, *Makabagong Aralin sa Balarila 4*, Quezon: Phoenix Publishing House, Inc., 1984.

Ligaya C. Buenaventura, *Let's Converse in Filipino*, Quezon: Phoenix Publishing House, Inc., 1991.

Ligaya C. Buenaventura at Policarpio B. Peregrino, *Alpabeto ng Balarila 6*, Quezon: Phoenix Publishing House, Inc., 1994.

参考文献

Ligaya C. Buenaventura at Policarpio B. Peregrino, *Alpabeto ng Balarila 3*, Quezon: Phoenix Publishing House, Inc., 1996.

Paraluman S. Aspillera, *Basic Tagalog for Foreigners and Non-Tagalogs*, Singapore: Tuttle Publishing, 2007.

Ronald E. Dolan, ed., *Philippines: a country study*, Washington, D.C.: Federal Research Division, Library of Congress, 1993.

Ronan B. Capinding, *Ikaw at ang Kawili-wiling Wika*, Quezon: Kagawaran ng Filipino, Mataas na Paaralang Ateneo, 2002.

Ruben M. Milambiling, *Pilipinas: Bayan Ko 3*, Makati: The Bookmark, Inc., 2004.

Teresita V. Ramos at Resty M. Cena, *Modern Tagalog*, Honolulu: University of Hawaii Press, 1990.

〔菲律宾〕格雷戈里奥·F. 赛义德著，吴世昌译，《菲律宾共和国——历史、政治与文明》，北京：商务印书馆，1979年。

黄琛芳主编：《印度尼西亚语基础教程》第一册，北京：北京大学出版社，1990年。

后 记

北京大学菲律宾语专业，在最初的教学活动中，主要依靠来自菲律宾师范大学和菲律宾雅典耀大学的外籍教师所带来的讲义和教材开展课堂教学活动。随着中国社会对于菲律宾越来越关注，与菲律宾的交流不断深入，对于适合中国学习者教材的需求与日俱增。2001年，菲律宾语教研室就将教材编写工作列为专业建设的主要内容，并开始收集、积累编写教材所需的资料。2003年，《菲律宾语300句》出版，一方面是作为口语的实用性教材，另一方面是作为教材编写工作的阶段性成果。此后，菲律宾语基础教材编撰工作就在一边编写、一边实践的模式下展开，2006年完成了第一册的初稿，并运用于教学实践，2007年完成了第二册、第三册的初稿，并运用于教学实践。在教学实践中不断修改、补充，最终完成了现在与广大读者见面的系列教材。

教材的编写工作，离不开语言资料的积累。本教材的语言资料主要来自外教的自编讲义、*Basic Tagalog for Foreigners and Non-Tagalogs*、*Ang Bayan Ko*、*Let's converse in Filipino*、网络语言资料等诸多方面，有的语言资料是在整理教研室资料的时候发现的，有的资料是在留学、访学的过程中从报纸、期刊中找到的，甚至是在与当地人的交流中得到的。由于语言是随着社会在不断发生变化的，课文中一些语言材料所涉及的社会背景也在发生变化，例如菲律宾货币购买力的变化，课文在使用这些语言材料的过程中，保留了原文的表达方式。

在教材的编写过程中，得到了菲律宾语专业外教Florentino

后 记

Hornedo、Nenita Escasa、Jenneth Candor、Marco Lopez、Joseph Salazar、Ariel Diccion等老师的大力支持。他们的教学材料和教学实践，都使本教材的编写受益良多。1998级的本科生参与了一部分基础材料的整理工作，2002级之后的历届本科生都参与了教材的教学实践，并对教材提出了改进意见。还有关心和支持菲律宾语专业发展的人士、校友也对教材的编写提供了帮助，在此一并致以衷心的感谢。

  本教材的编写历程，实际上就是菲律宾语专业最初的发展历程。教材的出版，只是菲律宾语教学工作的一个阶段成果。菲律宾语的教学活动和教学探索，将在此基础上，继续前进。

编者

2017年4月于燕园